INSIGHT PUBLICA®

INSIGHT PUBLICA
Nadakkavu, Kozhikode, Kerala
www. insightpublica.com
e-mail: insightpublica@gmail.com
Sasthram Jeevithathil
Rajeev K
First Edition: July 2016
This Edition: November 2021

ISBN 978-93-5517-181-8

ശാസ്ത്രം ജീവിതത്തിൽ

രാജീവ് കെ.

INSIGHT PUBLICA®

ഉള്ളടക്കം

കുറ്റിക്കാട്ടൂർ ഗവ. ഹയർ സെക്കന്ററി സ്കൂളിൽ ഭൗതികശാസ്ത്ര അദ്ധ്യാപകൻ. *ശാസ്ത്ര രഹസ്യങ്ങൾ* പ്രസിദ്ധീകരിച്ച കൃതിയാണ്.

രാജീവ് കെ

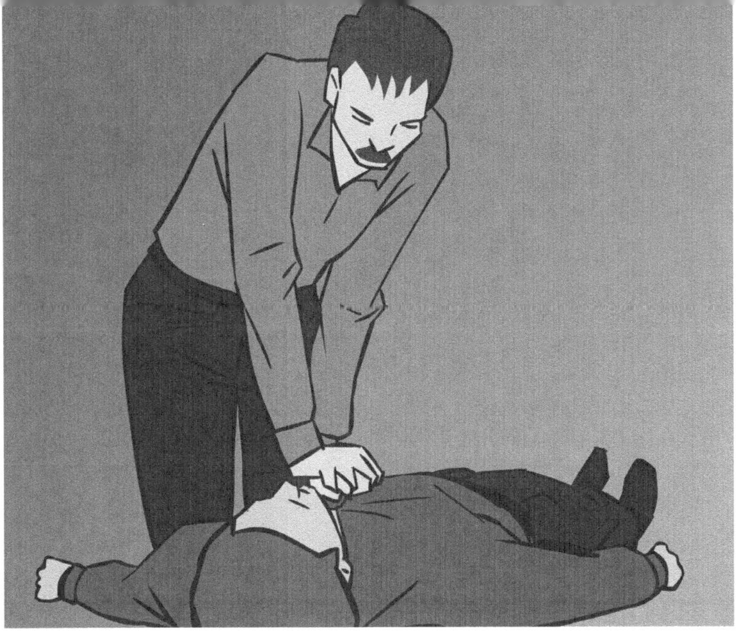

ഷോക്കേൽക്കുമ്പോൾ...

വൈദ്യുതാഘാതമേറ്റ ഒരാൾക്ക് നൽകേണ്ട പ്രഥമ ശുശ്രൂഷ എന്നത് അയാളുടെ ദേഹത്ത് അമർത്തിത്തടവുകയും തിരുമ്മുകയും ചെയ്യുക എന്നുള്ളതാണെന്ന് കേട്ടിട്ടില്ലേ? എന്തിനാണിങ്ങനെ ചെയ്യുന്നത്. ഇതിന്റെ ശാസ്ത്രീയത എന്താണെന്നു നോക്കാം.

ദ്രാവകങ്ങളുടെ ഒരു സവിശേഷതയാണ് വിസ്കോസിറ്റി (ശ്യാനത) എന്നത്. തേൻ, ഗ്ലിസറിൻ എന്നിവയെല്ലാം വിസ്കോസിറ്റി കൂടിയ ദ്രാവകങ്ങളാണ്. ഇവയ്ക്ക് എളുപ്പത്തിൽ ഒഴുകാൻ കഴിയില്ല. എന്നാൽ ജലം, മണ്ണെണ്ണ എന്നിവ വിസ്കോസിറ്റി കുറഞ്ഞവയാണ്. വിസ്കോസിറ്റി കുറയുമ്പോൾ എളുപ്പത്തിൽ ഒഴുകാൻ കഴിയും. താപനില കൂടുമ്പോൾ വിസ്കോസിറ്റി കുറയും അതുകൊണ്ടാണ് ചൂടാക്കിയ ടാർ എളുപ്പത്തിൽ ഒഴുകുന്നത്.

വൈദ്യുതാഘോതമേറ്റ ഒരാളുടെ ശരീര താപനില പെട്ടെന്ന് കുറയുകയാണ് ചെയ്യുന്നത്. അപ്പോൾ രക്തത്തിന്റെ വിസ്കോസിറ്റി കൂടുകയും രക്തക്കുഴലുകളിലൂടെ രക്ത പ്രവാഹത്തിന് പ്രയാസമുണ്ടാവുകയും ഹൃദയാഘാതത്തിന് കാരണമാവുകയും ചെയ്യാം. ഈ അവസരത്തിൽ ശരീരത്തിൽ അമർത്തിത്തടവുകയും തിരുമ്മുകയും ചെയ്യുമ്പോൾ ശരീര താപനില കൂടുകയും രക്തത്തിന്റെ വിസ്കോസിറ്റി കുറയുകയും രക്ത പ്രവാഹം സുഖമമാവുകയും ചെയ്യുന്നു. ഇങ്ങനെ അയാൾ അപകടനില തരണം ചെയ്യുകയും ചെയ്യുന്നു. ഇതോടൊപ്പം കൃത്രിമ ശ്വാസോച്ഛ്വാസം നൽകുകയും ഹൃദയം പ്രവർത്തിപ്പിക്കാൻ നെഞ്ചിൽ ക്രമമായി അമർത്തുകയും വേണം വൈദ്യുതബന്ധം വിഛേദിച്ചശേഷമേ ഇതെല്ലാം ചെയ്യാവൂ. ഉടൻതന്നെ ആളെ ആശുപത്രിയിലെത്തിക്കുകയും ചെയ്യണം.

കല്ലും.... ശബ്ദവും....

മൂത്രത്തിൽ കല്ല് എന്ന രോഗാവസ്ഥയെക്കുറിച്ച് കേട്ടിരിക്കുമല്ലോ. വൃക്കയിലോ അനുബന്ധ ഭാഗങ്ങളിലോ കാൽസ്യം ലവണാംശങ്ങൾ അടിഞ്ഞു കൂടുന്നതുമൂലമുള്ള കാഠിന്യമേറിയ പദാർത്ഥങ്ങളാണ് കല്ലുകൾ എന്നറിയപ്പെടുന്നത്. ശരീരത്തിൽ പിത്താശയം. പിത്തസഞ്ചി, മൂത്രാശയംഎന്നിവിടങ്ങളിലൊക്കെ ഇത്തരത്തിൽ കല്ലുകൾ രൂപപ്പെടാം. ഇവ നീക്കം ചെയ്യുന്നതിനുള്ള ഒരു മാർഗമാണ് ഇവയെ പൊടിച്ചുകളയുക എന്നത്. കല്ല് പൊടിക്കുന്നതിന്റെ പിന്നിലെ ശാസ്ത്രീയത എന്താണെന്ന് നോക്കാം.

ശബ്ദം ഉപയോഗിച്ചാണ് ഇത്തരം കല്ലുകൾ പൊടിക്കുന്നത് എന്ന് കേൾക്കുമ്പോൾ അത്ഭുതം തോന്നുന്നുണ്ടാകും അല്ലേ? വസ്തുക്കൾ കമ്പനം ചെയ്യുമ്പോഴാണ് ശബ്ദം ഉണ്ടാകുന്നത്. ഒരു സെക്കന്റിൽ ഉണ്ടാകുന്ന കമ്പനങ്ങളുടെ എണ്ണമാണ് ആവൃത്തി. ആവൃത്തിയുടെ യൂണിറ്റ് ഹെർട്സ്(Hz) ആണ്. എല്ലാ ആവൃത്തിയിലുമുള്ള ശബ്ദം മനുഷ്യർക്ക് കേൾക്കാൻ സാധ്യമല്ല. ശരാശരി മനുഷ്യന്റെ ശ്രവണ പരിധി 20 Hz നും 20000 Hz നും ഇടയിലാണ്. 20Hz ൽ കുറഞ്ഞ ശബ്ദം ഇൻഫ്രാസോണിക് ശബ്ദം എന്നും 20000 Hzൽ കൂടിയ ശബ്ദം അൾട്രാ സോണിക് ശബ്ദമെന്നും അറിയപ്പെടുന്നു. പ്രത്യേക ഉപകരണം ഉപയോഗിച്ച് അൾട്രാസോണിക് ശബ്ദം ഉണ്ടാക്കുകയും അവ ശരീരത്തിൽ കല്ലുകൾ ഉള്ള സ്ഥാനത്ത് ഏൽപിക്കുകയും ചെയ്യുന്നു. ഇത്തരം ശബ്ദവീചികളുടെ കമ്പന ഫലമായി കല്ലുകൾ കമ്പനം ചെയ്യുകയും ഒരു പ്രത്യേക ഘട്ടത്തിൽ പൊടിഞ്ഞു പോകുകയും ചെയ്യുന്നു. ഇത്തരത്തിൽ പൊടിഞ്ഞ കല്ലുകൾ മൂത്രത്തിൽകൂടി പുറംതള്ളപ്പെടുകയും ചെയ്യുന്നു. (മൂത്രാശയവുമായി ബന്ധപ്പെട്ടുണ്ടാകുന്ന കല്ലുകൾ മാത്രമാണിപ്രകാരം പുറം തള്ളപ്പെടുന്നത്.)

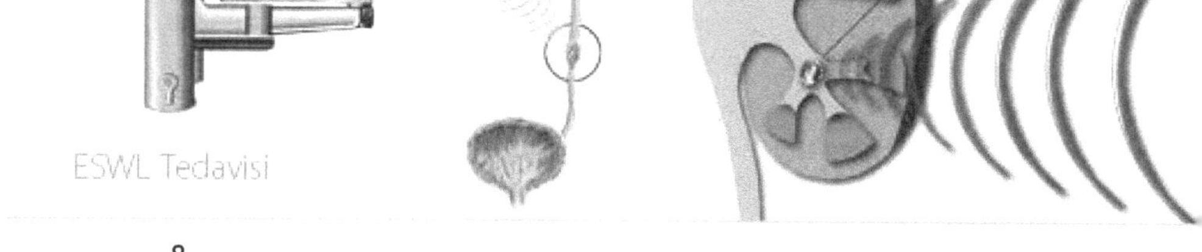

മുട്ടയുടെ വെള്ള...

ഓംലറ്റ് ഉണ്ടാക്കാത്തവർ ചുരുക്കമായിരിക്കും. മുട്ടയുടെ വെള്ളക്കരുവും മഞ്ഞക്കരുവും ഒരുമിച്ചടിക്കുകയാണല്ലോ ഇതുണ്ടാക്കാനുള്ള ആദ്യപടി. എന്നാൽ മറ്റു പല ആവശ്യങ്ങൾക്കും മുട്ടയുടെ വെള്ളക്കരുമാത്രം ഉപയോഗിക്കാറുണ്ട്. വെള്ളക്കരു തുടർച്ചയായി അടിച്ചാൽ അത് കട്ടിയായി വരുന്നതു കണ്ടിരിക്കുമല്ലോ. എന്തുകൊണ്ടാണിങ്ങനെ സംഭവിക്കുന്നത്?

മുട്ടയുടെ വെള്ളക്കരുവിൽ ഏകദേശം 90% വെള്ളമാണ്. കൂടാതെ മാംസ്യത്തിന്റെ (പ്രോട്ടീൻ) നീണ്ട തന്മാത്രകളും സാധാരണ അവസ്ഥയിൽ ഈ മാംസ്യ തന്മാത്രകൾ കൂടിച്ചേർന്ന് ചെറിയചെറിയ ഗോളങ്ങളായാണ് സ്ഥിതി ചെയ്യുന്നത്. വെള്ള ശക്തിയായി അടിക്കുമ്പോൾ രണ്ടു കാര്യങ്ങൾ സംഭവിക്കുന്നു. ഇതിൽ വായു കുമിളകൾ രൂപപ്പെടുന്നു എന്നതും ഗോളാകൃതിയിൽ കൂടിച്ചേർന്നിരിക്കുന്ന പ്രോട്ടീൻ തന്മാത്രകൾ പൊട്ടിത്തകർന്ന് നീണ്ടതന്തുക്കളുടെ രൂപം പ്രാപിക്കുന്നു എന്നതും. ഈ മാംസ്യതന്തുക്കളുടെ ഒരഗ്രം ജലതന്മാത്രയോട് പ്രതിപത്തിയുള്ളതും മറ്റേ അഗ്രം ജലതന്മാത്രയെ വികർഷിക്കുന്നതുമായിരിക്കും. അതിനാൽ ഇവ വായുകുമിളകളുടെയും ജലത്തിന്റെയും ഇടയിൽ ഒരു ചട്ടക്കൂട് പോലെ പരസ്പരം ബന്ധിതമാവുകയും വായുകുമിളകൾക്ക് പുറത്ത് ഒരാവരണം തീർക്കുകയും ചെയ്യുന്നു. ഇപ്രകാരം മുട്ടയുടെ വെള്ള ഉറച്ചതായി മാറുന്നു. തുടർന്നും അടിക്കുകയാണെങ്കിൽ മാംസ്യ തന്മാത്രകളിൽനിന്ന് ജലം വേറിടുകയും ഇതിന്റെ കട്ടിയാകൽ പ്രവർത്തനം ഇല്ലാതാവുകയും ചെയ്യുന്നു. മഞ്ഞക്കരുവിന്റെ സാന്നിധ്യത്തിലും ഈ പ്രവർത്തനം നടക്കുന്നില്ല. മഞ്ഞക്കരുവിലുള്ള പ്രോട്ടീൻ തന്മാത്രകൾ, മുൻ വിവരിച്ച പ്രോട്ടീൻ തന്മാത്രകളുടെ പരസ്പരക്കൂടിച്ചേരലിനെ മന്ദീഭവിപ്പിക്കുന്നു.

നോൺസ്റ്റിക്...

ഭക്ഷണ പദാർത്ഥങ്ങൾ പൊരിക്കുമ്പോഴും വറുക്കുമ്പോഴും പാത്രത്തിൽ ഒട്ടിപ്പിടിക്കുന്നത് സർവസാധാരണമാണല്ലോ. വറുക്കാനുപയോഗിക്കുന്ന ലോഹപാത്രത്തിന്റെ തന്മാത്രകളും ഭക്ഷണപദാർത്ഥത്തിന്റെ തന്മാത്രകളും തമ്മിലുള്ള ആകർഷണ ബലം മൂലമാണിങ്ങനെ സംഭവിക്കുന്നത്. പാത്രത്തിന്റെ ഉപരിതലത്തിലുള്ള തന്മാത്രകളും ഭക്ഷണ പദാർത്ഥത്തിലെ കാർബോഹൈഡ്രേറ്റ്, പ്രോട്ടീൻ മുതലായ തന്മാത്രകളും തമ്മിലുള്ള രാസപരമായൊരാകർഷണം ദൃശ്യമാകുന്നത് ഭക്ഷണം വേവുമ്പോഴാണ്. എണ്ണയോ നെയ്യോ ഉപയോഗിക്കുമ്പോൾ ഇവയിലുള്ള കൊഴുപ്പ് തന്മാത്രകൾ പാത്രത്തിന്റെ ഉപരിതലത്തിൽ ഒരു നേർത്ത താൽക്കാലിക പാളി ഉണ്ടാക്കുകയും ഭക്ഷണപദാർത്ഥം പറ്റിപ്പിടിക്കുന്നത് കുറയ്ക്കുകയും ചെയ്യുന്നു. ഓരോതവണ പാചകം ചെയ്യുമ്പോഴും ഇത്തരത്തിൽ എണ്ണ പുരട്ടേണ്ടി വരുന്നു. എന്നാൽ ഇത്തരത്തിലുള്ള ഒരു സ്ഥിര പാളി പാത്രത്തിന്റെ ഉപരിതലത്തിൽ കൊടുത്തുകൊണ്ടാണ് നോൺസ്റ്റിക് പാത്രങ്ങൾ നിർമ്മിക്കുന്നത്. ടെഫ്ലോൺ പോലുള്ള സിന്തറ്റിക് പാദാർത്ഥങ്ങൾ ഉപയോഗിച്ചാണ് ഇത്തരത്തിലുള്ള പാത്രങ്ങൾ നിർമ്മിക്കുന്നത്. ലോഹ പാത്രത്തിന്റെ പരുപരുത്ത ഉപരിതലത്തിലുള്ള എണ്ണമറ്റ അനേകം സൂക്ഷ്മ കുന്നുകളിലും കുഴികളിലും, ടെഫ്ലോൺ തന്മാത്രകൾ ശക്തമായി പറ്റിപ്പിടിക്കുന്നു. ഇങ്ങനെ മിനുസമുള്ള ഒരു പാളി സൃഷ്ടിക്കപ്പെടുകയും ചെയ്യുന്നു. ഭക്ഷണപദാർത്ഥത്തിലെ തന്മാത്രകൾക്ക് ഈ പാളിയുമായി ആകർഷണബലം വളരെ കുറവായതിനാൽ അവ പറ്റിപ്പിടിക്കുന്നില്ല. എന്നിരുന്നാലും ടെഫ്ലോൺ തന്മാത്രകൾ തമ്മിലുള്ള ആകർഷണബലം വളരെയേറെ ശക്തമല്ലാത്തതിനാൽ ഇവയ്ക്ക് എളുപ്പത്തിൽ പോറലേൽക്കാനുള്ള സാധ്യതയുമുണ്ട്.

പെട്ടന്ന് തണുപ്പിക്കുന്നത്...

ഭക്ഷണ പദാർത്ഥങ്ങൾ ഫ്രിഡ്ജിൽ നിന്നെടുത്ത് പൂർവ്വസ്ഥിതി പ്രാപിക്കുമ്പോൾ പലപ്പോഴും അതിന് നിറവ്യത്യാസവും അലിഞ്ഞപോലെയും കാണപ്പെടാറുണ്ടല്ലോ?

സാധാരണ ഫ്രീസറുകളിൽ വളരെ സാവധാനത്തിലാണ് പദാർത്ഥങ്ങൾ തണുക്കുന്നത്. ഇങ്ങനെ സാവധാനത്തിൽ താഴ്ന്ന താപനിലയിലെത്തുമ്പോൾ ഭക്ഷണപദാർത്ഥങ്ങളിലെ കോശങ്ങളിൽ വലിയ ഐസ്ക്രിസ്റ്റലുകൾ രൂപപ്പെടുന്നു. ഇത്തരം വലിയ ഐസ്ക്രിസ്റ്റലുകൾ കോശഭിത്തിക്ക് കേടുപാടുകൾ വരുത്തുന്നു. ഇതുമൂലം വിറ്റാമിനുകൾ പോഷകഘടകങ്ങൾ, നിറം കൊടുക്കുന്ന തന്മാത്രകൾ എന്നിവയുടെ ഘടനമാറുന്നു.

വ്യാവസായികമായി വളരെ താഴ്ന്ന താപനിലയിൽ സൂക്ഷിക്കുന്ന ഭക്ഷണ പദാർത്ഥങ്ങളിൽ ഇത്തരം പ്രശ്നങ്ങൾ ഉണ്ടാകാതിരിക്കാൻ വേണ്ടി, അവയെ പെട്ടന്ന് തണുപ്പിക്കുന്ന രീതിയാണ് അവലംബിക്കുന്നത്. ഇത്തരം സംവിധാനത്തിൽ താപനില ഏകദേശം -18°C വരെ വളരെപ്പെട്ടന്ന് ഏതാനും മിനുട്ടുകൾക്കുള്ളിൽ, താഴ്ത്തുന്നു. ഇങ്ങനെ ചെയ്യുമ്പോൾ കോശങ്ങളിൽ വളരെ ചെറിയ ഐസ്ക്രിസ്റ്റലുകൾ മാത്രമാണ് രൂപപ്പെടുന്നത്. ഇത് കോശഘടനയ്ക്ക് ഒരു കേടുപാടും വരുത്തുന്നില്ല. ഇതിനാൽ ഭക്ഷണപദാർത്ഥം പൂർവ്വസ്ഥിതി പ്രാപിക്കുമ്പോൾ അതിന്റെ നിറത്തിനും ഘടനയ്ക്കും ഒരു മാറ്റവും വരുന്നില്ല. ദ്രവീകരിച്ച വാതകം, ഫ്രീസിംഗ് ടണൽ, ഫ്രീസിംഗ് ചേംബർ എന്നീ സംവിധാനങ്ങൾ ഉപയോഗിച്ചാണ് ഇത്തരത്തിലുള്ള തണുപ്പിക്കൽ സാധ്യമാകുന്നത്.

ടൊമാറ്റോസോസും കുപ്പിയും...

കുപ്പിയിലുള്ള സോസ് പുറത്തേക്കെടുക്കാൻ വളരെയേറെ പ്രയാസം ഉണ്ടാവാറുണ്ട്. ശക്തിയിൽ കുടയുകയോ ഇളക്കുകയോ ചെയ്താൽ മാത്രമേ സോസ് പുറത്ത് വരികയുള്ളൂ. എന്നാൽ കുപ്പിയിലുള്ള വെള്ളമോ മറ്റ് ദ്രാവകങ്ങളോ, എളുപ്പത്തിൽ പുറത്തേക്കെടുക്കാനും കഴിയും.

ജലവും മറ്റും പുറത്തേക്ക് വരുമ്പോൾ കുപ്പിയുടെ അടിയിൽ ഒഴിവുസ്ഥലം ഉണ്ടാവുകയും അവിടേക്ക് അന്തരീക്ഷവായു ജലത്തിലൂടെ കുമിളകളായി കടക്കുകയും ചെയ്യുന്നു. കുപ്പിക്കകത്തും പുറത്തും ഒരേ മർദ്ദം അനുഭവപ്പെടുകയും ചെയ്യുന്നു. മാത്രമല്ല ഗുരുത്വാകർഷണം കാരണം ജലം പുറത്തേക്കൊഴുകുകയും ചെയ്യുന്നു. എന്നാൽ സോസ് കുഴമ്പുരൂപത്തിലുള്ള വിസ്കോസിറ്റി വളരെ കൂടിയ ഒരു ദ്രാവകമാണ് ഇത് പുറത്തേക്കൊഴുകുന്ന അവസരത്തിൽ വായുവിനെ കുപ്പിയുടെ ഉള്ളിലേക്ക് പ്രവേശിക്കാൻ അനുവദിക്കുന്നില്ല. തത്ഫലമായി കുപ്പിയുടെ അടിഭാഗത്ത് ഒരു ശൂന്യത സൃഷ്ടിക്കപ്പെടുകയും മർദം കുറയുകയും ചെയ്യുന്നു. കുപ്പിയ്ക്ക് പുറത്തുള്ള മർദ്ദം സോസിനെ പുറത്തേക്കെടുക്കാൻ അനുവദിക്കുന്നുമില്ല. ഇതിന് പരിഹാരമായി മാർദ്ദവമുള്ള പ്ലാസ്റ്റിക് ബോട്ടിലുകളിലും ട്യൂബുകളിലും സോസ് നിറയ്ക്കുകയാണ് ചെയ്യുന്നത്. ഇതുമൂലം ട്യൂബോ ബോട്ടിലോ അമർത്തി സോസ് പുറത്തെടുക്കാം.

റൊട്ടിയും വെണ്ണയും...

റൊട്ടിയിൽ വെണ്ണയോ ജാമോ പുരട്ടി കഴിക്കാത്തവരുണ്ടാവില്ല. വെണ്ണ പുരട്ടിയഭാഗം മുകളിലായാണ് പ്ലേറ്റിൽ റൊട്ടിവയ്ക്കുക എന്നാൽ പ്ലേറ്റിൽ നിന്ന് വഴുതി തറയിൽ ഒരു കഷ്ണം റൊട്ടി വീഴുമ്പോൾ എല്ലായ്പ്പോഴും വെണ്ണ പുരട്ടിയ ഭാഗം അടിയിലായാണ് കാണപ്പെടുക. എന്തായിരിക്കും ഇതിന് കാരണം.

റൊട്ടിയുടെയും വെണ്ണയുടെയും പ്രത്യേകത കൊണ്ടൊന്നുമല്ല ഇങ്ങനെ സംഭവിക്കുന്നത്. വീഴുന്ന ഉയരത്തിന്റെ പ്രത്യേകതകൊണ്ടാണിങ്ങനെ സംഭവിക്കുന്നത്. സാധാരണ ഡൈനിംഗ് ടേബിളുകൾക്ക് ഏകദേശം ഒരു മീറ്റർ ഉയരമാണ് ഉണ്ടാവുക. പ്ലേറ്റിൽനിന്ന് സ്ലിപ്പായി വീഴുന്ന റൊട്ടിക്കഷ്ണം തിരശ്ചീനമായ തലത്തിൽ കറങ്ങിക്കൊണ്ടാണ് താഴേക്ക് വീഴുക. ഒരു മീറ്റർ താഴേയ്ക്കാണ് വീഴുന്നതെങ്കിൽ പകുതി കറക്കം മാത്രമേ പൂർത്തിയാവുകയുള്ളൂ. അതുകൊണ്ട് വെണ്ണ തേച്ച വശം താഴെയായാണ് വീഴുക. എന്നാൽ 2 മീറ്റർ ഉയരത്തിൽ നിന്നാണ് വീഴുന്നതെങ്കിൽ ഒരു കറക്കം പൂർത്തിയാവുകയും വെണ്ണ തേച്ചവശം മുകളിലായി വീഴുകയും ചെയ്യും. ഇതേ പോലെ ഒരു സ്റ്റൂളിൽ നിന്നാണ് വീഴുന്നതെങ്കിലും വെണ്ണതേച്ചവശം മുകളിലായാണ് വരുന്നത്.

സോയ മീറ്റ്... (സോയ ഇറച്ചി)

മാംസത്തിന്റെ രുചിയും മണവും പ്രദാനം ചെയ്യുന്ന എന്നാൽ സസ്യജന്യവുമായ ഒരു ഭക്ഷണ പദാർത്ഥമായാണ് പലപ്പോഴും സോയ നമ്മൾ ഉപയോഗിക്കുന്നത്. യഥാർത്ഥത്തിൽ ഇതിന് പ്രത്യേക രുചിയൊന്നുമില്ല. ഇതിൽ മസാലകളും സുഗന്ധ ദ്രവ്യങ്ങളും ചേർക്കുമ്പോഴാണ് മാംസാഹാരത്തിന്റെ രുചിയും മണവും വരുന്നത്. ധാരാളം പ്രോട്ടീൻ അടങ്ങിയതും എന്നാൽ കൊഴുപ്പില്ലാത്തതുമായ, മാംസത്തിന് പകരമായി ഉപയോഗിക്കാവുന്നതുമായ ഒരു ഭക്ഷണ പദാർത്ഥമാണിത്.

പയറുവർഗത്തിൽപ്പെട്ട ഒരു സസ്യമായ സോയാബീനിൽ നിന്നാണ് ഇത് നിർമ്മിക്കുന്നത്. സോയാബീൻ മണികൾ അനേകതവണ ഉന്നത മർദ്ദത്തിൽ പിഴിയുമ്പോൾ അതിലുള്ള 95% കൊഴുപ്പും മാറ്റപ്പെടുകയും ബാക്കിവരുന്ന അവശിഷ്ടം ജലവുമായി ചേർത്ത് യന്ത്രസഹായത്തോടെ കുഴമ്പ് പരുവത്തിലാക്കുകയും പിന്നീട് പല രൂപഘടനയിൽ (നാരുകൾ, സോസ്, കട്ടിയുള്ള ചരട് എന്നിങ്ങനെ) ആക്കിത്തീർക്കുകയും ചെറുകഷ്ണങ്ങളാക്കി ഇറച്ചിക്ക് സമാനമായ രൂപത്തിലുമാക്കുന്നു.

ഇൻസ്റ്റന്റ് കോഫി...

കാപ്പികുടിക്കാത്തവരായി അധികമാരും ഉണ്ടാവില്ല. കാപ്പിപ്പൊടി വെള്ളത്തിലിട്ട് തിളപ്പിച്ചാണ് സാധാരണ കാപ്പിയുണ്ടാക്കുന്നത്. എന്നാൽ ഇൻസ്റ്റന്റ് കോഫിയെക്കുറിച്ച് കേട്ടിട്ടുണ്ടാവുമല്ലോ?

കാപ്പിപ്പൊടിയുടെ അവശിഷ്ടമൊന്നുമില്ലാതെ ചൂടുവെള്ളത്തിലിട്ട് പെട്ടന്ന് തയ്യാറാക്കാമെന്നതാണിതിന്റെ പ്രത്യേകത ഇൻസ്റ്റന്റ് കോഫി നിർമ്മിക്കുന്നതെങ്ങിനെയാണെന്ന് നോക്കാം. കാപ്പിക്കുരു ഉണക്കി പ്പൊടിച്ച് ഒരു പാത്രത്തിലെ വെള്ളത്തിലിട്ട് തിളപ്പിക്കുന്നു. ഏറിയ പങ്ക് ജലവും ബാഷ്പീകരിച്ചുപോകുന്നതുവരെ ഇത് തുടരുന്നു. കാപ്പിക്കുരുവിന്റെ അവശിഷ്ടം മാറ്റിയ ശേഷം ലഭിക്കുന്ന കട്ടിയുള്ള കാപ്പിലായനി ഉണക്കുന്നു. രണ്ട് രീതിയാണ് ഉണക്കുന്നതിനു വേണ്ടി അവലംബിക്കുന്നത്.

I) കാപ്പിലായനി ഒരു അറയിലേക്ക് സ്പ്രേ ചെയ്യുന്നു. അതേ സമയം അറയുടെ അടിയിൽ ചൂടുള്ള വായു പ്രവാഹം ഉണ്ടാക്കുന്നു. ഇതുമൂലം കാപ്പിലായനിയിൽ അവശേഷിക്കുന്ന ജലം ബാഷ്പീകരിച്ച് നഷ്ടപ്പെടുകയും ഉണങ്ങിയ കാപ്പിപ്പൊടി അറയുടെ അടിയിൽ ശേഖരിക്കപ്പെടുകയും ചെയ്യുന്നു.

II) കാപ്പിലായനി വളരെപ്പെട്ടന്ന് -40°C യിലേക്ക് തണുപ്പിക്കുന്നു. ഇത്തരത്തിൽ തണുപ്പിച്ച കാപ്പി സ്ലാബുകൾ ചൂടുള്ള വാക്വം ചേംബറിലൂടെ കടത്തിവിടുന്നു. ഇതിന്റെ ഫലമായി ഐസ് നേരിട്ട് ജലബാഷ്പമായി മാറുന്നു. (ഇത്തരത്തിൽ ദ്രാവകാവസ്ഥയിലേക്ക് പോകാതെ ഖരാവസ്ഥയിൽ നിന്ന് നേരിട്ട് വാതകാവസ്ഥയിലേക്ക് പോകുന്ന പ്രതിഭാസം ഉത്പതനം എന്നാണറിയപ്പെടുന്നത്) അവശേഷിക്കുന്നത് ഉണങ്ങിയ കാപ്പിപ്പൊടി യായിരിക്കും.

മേൽവിവരിച്ച രീതിയിൽ നിർമ്മിക്കുന്ന കാപ്പിപ്പൊടിയാണ് നമുക്ക് ലഭിക്കുന്നത്.

ഭക്ഷണത്തിലെ ഊർജ്ജം...

ഭക്ഷണ പദാർത്ഥങ്ങളിലെ ഊർജ്ജം കണക്കാക്കുന്നതെങ്ങിനെയാണെന്ന റിയാമോ?

ഊർജ്ജത്തിന്റെ യൂണിറ്റ് ജൂൾ ആണ്. (കലോറി എന്ന പഴയകാല യൂണിറ്റും ഉണ്ട്. ഒരു കലോറി = 4.2J)

തികച്ചും ഭൗതികമായ അർത്ഥത്തിലാണ് ഭക്ഷണത്തിലടങ്ങിയിരിക്കുന്ന ഊർജ്ജം എത്രയാണ് എന്ന് കണക്കാക്കുന്നത്. ഒരു ഭക്ഷണ പദാർത്ഥം ഉറപ്പുള്ള ഒരു ഗുളിക രൂപത്തിലാക്കുകയും ഇത് പ്രത്യേക രൂപകല്പന ചെയ്ത ഒരു ചേംബറിൽ (കലോറി മീറ്റർ) വച്ച് ഓക്സിജൻ കടത്തിവിട്ട് കത്തിക്കുകയും ചെയ്യുന്നു. ഇപ്രകാരം ലഭിക്കുന്ന താപം ഉപയോഗിച്ച് ഒരു നിശ്ചിത അളവ് ജലം ചൂടാക്കുന്നു. ജലത്തിന്റെ താപനില എത്രത്തോളം ഉയർന്നു എന്ന് കണക്കാക്കി ലഭിച്ച താപോർജ്ജത്തിന്റെ അളവ് കണക്കാക്കാം. എന്നാൽ ഈ മൂല്യം സാങ്കേതികമായി മാത്രം ശരിയായിരിക്കും. കാരണം മനുഷ്യനിൽ നടക്കുന്ന ദഹനം, ഭൗതികമായ ജ്വലനത്തിനു സമാനമാണെന്നു പറയാനാകില്ല. കാരണം, ഭക്ഷണപദാർത്ഥത്തിലുള്ള നാരുകൾ ദഹിക്കാതെ വിസർജ്ജിക്കപ്പെടുകയാണ് ചെയ്യുന്നത്. എന്നാൽ പരീക്ഷണത്തിനുപയോഗിച്ച സാമ്പിളിൽ നാരുകൾക്കുകൂടി ജ്വലനം സംഭവിക്കുന്നുണ്ട്. കൂടാതെ മനുഷ്യനിലെ ഉപാപചയ പ്രവർത്തനങ്ങൾ, ഒരേ ഭക്ഷണത്തെതന്നെ വ്യത്യസ്ത ആളുകളിൽ വ്യത്യസ്ത രീതിയിലും ക്ഷമതയിലുമാണ് ദഹിപ്പിക്കുന്നത്. എങ്കിലും ഭക്ഷണത്തിൽ അടങ്ങിയിരിക്കുന്ന ഊർജ്ജത്തിന്റെ ഏകദേശ അളവ് കിട്ടുവാൻ ഇത് സഹായകമാണ്.

പാല് കേടാകാതെ...

പാല് കേടാകാതെ സൂക്ഷിക്കുന്നതെങ്ങിനെയാണ്?

സാധാരണ നമുക്ക് ലഭിക്കുന്ന കവർ പാല് ഫ്രീസറിൽ വച്ചാലും രണ്ട് ദിവസത്തിലപ്പുറം കേടാകാതെ സൂക്ഷിക്കാൻ പ്രയാസമാണ്. പുറത്തെടുക്കുമ്പോഴേക്കും സൂക്ഷ്മ ജീവികളുടെ പ്രവർത്തനഫലമായി പാൽ കേടാകും. സാധാരണ പാസ്ചുറൈസേഷൻ ചെയ്താണ് പാല് പാക്കറ്റിലാക്കുന്നത്. എന്നാൽ മാസങ്ങളോളം കേടാകാതെ സൂക്ഷിക്കുവാൻ കഴിയുന്ന പാലും വിപണിയിൽ ലഭ്യമാണ്. ഇതെങ്ങനെയാണ് സാധ്യമാകുന്നത്?

UHT(അൾട്രാ ഹൈ ടെമ്പറേച്ചർ) പ്രക്രിയ വഴിയാണ് ഇത് സാധ്യമാവുന്നത്. UHT എന്നതും ഒരുതരം പാസ്ചുറൈസേഷനാണ്. സാധാരണ പാസ്ചുറൈസേഷനിൽ 75°C വരെ മാത്രം ചൂടാക്കി പെട്ടെന്ന് തണുപ്പിക്കുകയാണ് ചെയ്യുന്നത്. എന്നാൽ UHT പ്രക്രിയയിൽ 140°C വരെ ഏതാനും മിനുട്ടുകൾകൊണ്ട് ചൂടാക്കുകയും വളരെപ്പെട്ടന്ന് 40°C യിലേക്ക് തണുപ്പിക്കുകയും ചെയ്യുന്നു.

ഇതുമൂലം പാലിലെ ബാക്ടീരിയകൾ നശിക്കുന്നു. പിന്നീട് കൊഴുപ്പുകണങ്ങളെ പാലിലെല്ലായിടത്തും തുല്യമായി വരത്തക്കവിധം ഹോമോജനൈസ് ചെയ്യുന്നു. ഇതിനാൽ പെട്ടന്ന് പാൽപ്പാട ഉണ്ടാകുന്നത് തടയപ്പെടുന്നു. അണുവിമുക്ത സാഹചര്യത്തിൽ ഈ പാല് പാക്ക് ചെയ്തെടുക്കുന്നു. സാധാരണ താപനിലയിൽപോലും ഈ പാൽ മാസങ്ങളോളും കേടാകാതെ സൂക്ഷിക്കാവുന്നതാണ്. (ഇങ്ങനെ ചെയ്യുന്നതു മൂലം ചില പാൽ പ്രോട്ടീനുകളും വിറ്റാമിനുകളും നശിക്കുകയും പാലിന് രുചിവ്യത്യാസം സംഭവിക്കുകയും ചെയ്യുമെങ്കിലും സാധാരണ പാലിനേക്കാൾ എളുപ്പത്തിൽ ദഹിക്കുന്നതിനു സാധിക്കും.)

ഉള്ളിയും കണ്ണീരും......

ഒരിക്കലും കരയാത്തവർ പോലും ഉള്ളി അരിയുമ്പോൾ 'കരയും' ഉള്ളി അരിയുന്ന അവസരത്തിൽ കണ്ണുനീർ ഉല്പാദിപ്പിക്കപ്പെടുന്നതെന്തുകൊണ്ടായിരിക്കാം.

ഉള്ളിയിൽ ധാരാളം സൾഫർ സംയുക്തങ്ങൾ അടങ്ങിയിരിക്കുന്നു. ഉള്ളിമുറിക്കുന്ന അവസരത്തിൽ അവ പുറംതള്ളപ്പെടുന്നു. ഈ സംയുക്തങ്ങളിൽ ഏറ്റവും പ്രശ്നക്കാരനായത് പ്രൊപാൻതിയാൽ സൾഫർ ഒക്സൈഡ് എന്ന സംയുക്തമാണ്. ഇത് അന്തരീക്ഷത്തിൽ വ്യാപിക്കുകയും കണ്ണുനീർ ഗ്രന്ഥിയിലെ ജലവുമായി ചേർന്ന് സൾഫ്യൂറിക്ക് ആസിഡ് ഉൽപാദിപ്പിക്കുകയും ചെയ്യുന്നു. ഇതുമൂലം കണ്ണെരിയുകയും കണ്ണുനീർ കൂടുതലായി ഉൽപാദിപ്പിക്കപ്പെടുകയും ചെയ്യുന്നു. ആസിഡ് മൂലം കണ്ണിനുണ്ടാകുന്ന എരിച്ചിലും പ്രശ്നങ്ങളും പരിഹരിക്കാനുള്ള ഒരു സുരക്ഷാ മാർഗ്ഗമായാണ് കണ്ണുനീർ ഉൽപാദിപ്പിക്കപ്പെടുന്നത്.

കട്ടിയുള്ളതും കണ്ണ് മുഴുവനായി മറയ്ക്കുന്നതുമായ കണ്ണടകളോ കോൺടാക്റ്റ് ലെൻസുകളോ ഒക്കെ ഉപയോഗിച്ച് ഈ കരച്ചിൽ കുറയ്ക്കാവുന്നതാണ്. നല്ലമൂർച്ചയുള്ള കത്തി ഉപയോഗിക്കുകയാണെങ്കിൽ പുറംതള്ളപ്പെടുന്ന സൾഫർ സംയുക്തത്തിന്റെ അളവ് കുറവായിരിക്കും.

ഏറ്റവും കരണീയമായ മാർഗം വെള്ളത്തിലിട്ടു കൊണ്ട് ഉള്ളി അരിയുക എന്നതാണ്. ഇതുമൂലം അന്തരീക്ഷത്തിലേക്ക് വ്യാപിക്കുന്ന സൾഫർ സംയുക്തത്തിന്റെ അളവ് പരമാവധി കുറയുന്നു.

ഭക്ഷണവും ഏമ്പക്കവും

വയറുനിറയെ ഭക്ഷണം കഴിച്ച് ഒരു ഏമ്പക്കവും വിട്ടാൽ തൃപ്തിയാകാത്ത വരായി ആരുമില്ല. എന്തിനാണ് ഏമ്പക്കം വിടുന്നത്?

അന്നനാളത്തിലോ ആമാശയത്തിലോ അകപ്പെട്ട വായുവിനെ പുറംതള്ളാനുള്ള ഒരു മാർഗമാണ് ഏമ്പക്കം വിടൽ വളരെ സാവധാനം ചവച്ചരച്ച് ഭക്ഷണം കഴിച്ചാൽ ഏമ്പക്കം കുറവായിരിക്കും. വളരെ ധൃതി പ്പെട്ട് ഭക്ഷണം കഴിക്കുമ്പോൾ ഭക്ഷണത്തോടൊപ്പം വായുവും നമ്മൾ വിഴുങ്ങുന്നുണ്ട്. വേഗത്തിൽ വെള്ളം കുടിക്കുമ്പോഴും ഇത് സംഭവി ക്കുന്നു. ഇത്തരത്തിൽ വയറ്റിൽ (ആമാശയത്തിൽ) അകപ്പെട്ട വായു അവിടെ അസ്വസ്ഥതകൾ ഉണ്ടാക്കുന്നു. ഇത് പുറംതള്ളപ്പെടുന്നത് ഏമ്പക്കത്തിലൂടെയാണ്. ഏമ്പക്കം വിടുന്ന ചില അവസരത്തിലെങ്കിലും അല്പം ഭക്ഷണാവശിഷ്ടങ്ങളും പുറംതള്ളപ്പെടും. ആടുമാടുകൾ ഒഴി കെയുള്ള മിക്ക മൃഗങ്ങൾക്കും ഏമ്പക്കം എന്ന ഏർപ്പാടില്ല.

സോഡാ പോലുള്ള കാർബണേറ്റഡ് പാനീയങ്ങൾ കുടിച്ചശേഷ വും ഇത്തരത്തിൽ 'ഗ്യാസ്' വായിലൂടെ പുറംതള്ളാറുണ്ട്. ഇതിന് കാരണം ഇത്തരം പാനീയത്തിലടങ്ങിയിരിക്കുന്ന കാർബൺഡൈ ഓക്സൈഡ് വാതകം വയറ്റിലെത്തുന്നതാണ്. വളരെ ചെറിയ കുട്ടികൾക്ക് ഭക്ഷണം കഴിക്കുന്നതും ശ്വസിക്കുന്നതും തമ്മിലുള്ള ഏകോപനം വളരെ കുറവായതിനാൽ ഭക്ഷണത്തോടൊപ്പം ധാരാളം വായുവും ആമാശയത്തിലെത്തപ്പെടുന്നു. ഇതുമൂലം വയറ്റിൽ വേദന യും മറ്റും ഉണ്ടാകുന്നതിനാൽ കുട്ടികൾ കരയുന്നു. ഇത് ഒഴിവാക്കാൻ ഭക്ഷണം പാൽ എന്നിവ കഴിച്ചശേഷം കുട്ടികളെ തോളത്തെടുത്ത് പുറത്ത് സാവധാനത്തിൽ തട്ടിക്കൊടുത്താൽ മതിയാവും.

ദാഹം...

നമുക്ക് ദാഹം തോന്നുന്നതിനു പിന്നിലെ ശാസ്ത്രം എന്താണ്?

തലച്ചോറിലെ ദാഹവുമായി ബന്ധപ്പെട്ട കേന്ദ്രമാണ് നമുക്ക് ദാഹം തോന്നിക്കുന്നത്. രക്തത്തിൽ ജലത്തിന്റെ അളവ് വളരെയധികം കുറയുമ്പോഴോ ഉപ്പിന്റെ അളവ് വളരെയധികം കൂടുമ്പോഴോ ആണ് ഇത് സംഭവിക്കുന്നത്. ഈ രണ്ട് സന്ദർഭങ്ങളിലും കോശപ്രവർത്തനങ്ങൾക്കാവശ്യമായ ജല ലഭ്യത കുറയുകയും അവയുടെ പ്രവർത്തനങ്ങൾ താളം തെറ്റുകയും ചെയ്യുന്നു. ഇതുമൂലം പ്രധാന അവയവങ്ങളുടെയെല്ലാം പ്രവർത്തനങ്ങൾ താറുമാറാകുന്നു.

ജലത്തിന്റെ അനുപാതം വേണ്ടതിന്റെ അര ശതമാനം കുറയുമ്പോൾ തന്നെ ശരീരകലകൾ തലച്ചോറിലേക്ക് ഒരു സന്ദേശം അയക്കുന്നു. അവിടെ ഹൈപ്പോതലാമസ്, ADH (ആന്റി ഡൈയൂററ്റിക് ഹോർമോൺ) എന്ന ഒരു ഹോർമോൺ ഉല്പാദിപ്പിക്കുകയും വൃക്കകൾ വഴിയുള്ള ജലശോഷണം കുറക്കുകയും ചെയ്യുന്നു. ഇതേ അവസരത്തിൽ തന്നെ ഉമിനീർ ഉത്പാദനം കുറയ്ക്കുന്നതിനുള്ള നിർദ്ദേശവും തലച്ചോർ നൽകുന്നു. ഇതു മൂലം തൊണ്ട വരളുകയും ദാഹം തോന്നുകയും ചെയ്യുന്നു. വർദ്ധിച്ച വിയർപ്പ്, പനി, വയറിളക്കം ഉയർന്ന അളവിലുള്ള മദ്യ ഉപഭോഗം എന്നിവയെല്ലാം ശരീരത്തിലെ ജലത്തിന്റെ അളവിനെ കുറച്ച് നിർജ്ജലീകരണത്തിന് കാരണമാകുന്നു. ഒരു മനുഷ്യന്റെ ശരീരഭാരത്തിന്റെ 15 മുതൽ 20 ശതമാനം വരെ ജലം നഷ്ടപ്പെടുന്നത് മരണത്തിനു കാരണമാകുന്നു.

ക്വിസും - ഐസ് വാട്ടറും

ദാഹിക്കുന്ന അവരത്തിൽ ചിന്താശേഷി കുറയുമെങ്കിലും അനവസരത്തിലുള്ള ജലപാനം ചിന്താപ്രക്രിയയെ പിന്നോട്ടടിപ്പിക്കും. പ്രത്യേകിച്ച് തണുത്തവെള്ളം കുടിക്കുന്നത്.

ബ്രിട്ടീഷ് ശാസ്ത്രജ്ഞർ നടത്തിയ ഒരു പരീക്ഷണത്തിൽ ജലപാനവും ബുദ്ധിപരമായ പ്രവർത്തനവും തമ്മിലുള്ള ബന്ധം എന്താണെന്ന് വെളിവാക്കപ്പെട്ടിട്ടുണ്ട്.

ഒരേ പോലെ ദാഹം അനുഭവപ്പെട്ട ഒരു കൂട്ടം ആളുകൾക്ക് ബൗദ്ധികമായ ഒരു പ്രവർത്തനം നൽക്കുകയും അതിൽ പകുതിപ്പേർക്ക് ഒരു കവിൾ വെള്ളം കുടിക്കാൻ നൽകുകയും ചെയ്തു. വെള്ളം കുടിച്ചവർ മറ്റുള്ളവരെക്കാൾ 10% മികച്ച രീതിയിൽ പ്രകടനം കാഴ്ചവെച്ചു. എന്നാൽ വലിയ ദാഹം അനുഭവപ്പെടാത്ത ആളുകളിൽ, തണുത്ത വെള്ളം കുടിച്ച് ബുദ്ധിപരമായ പ്രവർത്തനങ്ങളിലേർപ്പെട്ടവർക്ക് വെള്ളം കുടിക്കാത്തവരെക്കാൾ 15% പ്രവർത്തനക്കുറവാണ് അനുഭവപ്പെട്ടത്.

തണുത്തജലം ആമാശയത്തിലെത്തുമ്പോൾ അതിനെ ശരീരതാപനിലയുമായി തുല്യപ്പെടുത്തുവാൻ ശരീരത്തിന് ധാരാളം ഊർജ്ജം ചെലവഴിക്കേണ്ടി വരുന്നു. ഇത് ചിന്താപ്രക്രിയയ്ക്കാവശ്യമായ ഊർജ്ജ ലഭ്യതയിൽ കുറവു വരുത്തുന്നു.

ക്വിസ് മത്സരങ്ങളിൽ പങ്കെടുക്കുമ്പോൾ ഐസ് വാട്ടർ കുടിക്കുന്നത് അത്രനല്ലതല്ല എന്ന് മനസ്സിലായല്ലോ? അത് മാത്രമല്ല ലോകത്ത് മനുഷ്യനൊഴികെയുള്ള ഒരു ജീവിയും തണുപ്പിച്ച വെള്ളമോ ഭക്ഷണമോ കഴിക്കാറില്ല. ഇത്തരം ഭക്ഷണ പാനീയങ്ങൾ കഴിക്കുന്നത് ജീവൽ പ്രവർത്തനങ്ങളെ പിന്നോട്ടടിപ്പിക്കും.

കാപ്പിയും ഉറക്കവും...

ഉറക്കമൊഴിച്ച് പഠിക്കേണ്ട അവസരങ്ങളിൽ പലപ്പോഴും നമ്മൾ കട്ടൻചായയോ കാപ്പിയോ കുടിച്ചു കൊണ്ടിരിക്കാറുണ്ടല്ലോ?

കാപ്പിയിലും തേയിലയിലും അടങ്ങിയിരിക്കുന്ന കഫീൻ എന്ന ഒരു ഘടകമാണ് ഉറക്കം നഷ്ടപ്പെടുത്തുന്നതിനു വേണ്ടി പ്രവർത്തിക്കുന്നത്. കഫീൻ രക്തത്തിൽ കലരുകയും കേന്ദ്ര നാഡീ വ്യവസ്ഥയെ ബാധിക്കുകയും ചെയ്യുന്നു. ന്യൂറോ ട്രാൻസ്മിറ്ററായ അഡിനോസിൻ തന്മാത്രകൾ, നാഡീയ ആവേഗങ്ങൾ സ്വീകരിക്കുന്ന നാഡി കോശങ്ങളിലെ ഗ്രാഹികളിൽ ചേർന്ന് നില്ക്കുകയും നാഡികളെ അമിത പ്രവർത്തനങ്ങളിൽ ഏർപ്പെടാത്തവിധം ശാന്തരാക്കി നിർത്തുകയും ചെയ്യുന്നു. ഇപ്രകാരം നാഡികൾ ശാന്തമാകുമ്പോഴാണ് നമുക്ക് ഉറക്കം അനുഭവപ്പെടുന്നത്.

കഫീൻ തന്മാത്രകൾക്ക് അഡിനോസിൻ തന്മാത്രകളുടേതിന് സമാനമായ ഘടനയായതിനാൽ നാഡി ഗ്രാഹികളിൽ ഇവ ചേർന്നു നിൽക്കുകയും അഡിനോസിന്റെ പ്രവർത്തനത്തെ തടയുകയും ചെയ്യുന്നു. ഇതുവഴി ഉറക്കം കുറയുകയും ജാഗരൂകരായി ഇരിക്കാനുള്ള പ്രവണത ഉണ്ടാവുകയും ചെയ്യുന്നു. എന്നാൽ സ്ഥിരമായി കൂടിയ അളവിൽ കഫീൻ ശരീരത്തിലെത്തുമ്പോൾ ശരീരം ഇതിനോട് പ്രതികരിക്കുന്നത് കൂടുതൽ നാഡി ഗ്രാഹികളെ നിർമ്മിച്ചു കൊണ്ടാണ്. ഇതുമൂലം കാപ്പികുടിച്ചാൽ ഉറക്കം വരാത്ത അവസ്ഥ ക്രമേണ ഇല്ലാതാവുന്നു. മത്ര മല്ല. ഇത് പല ശാരീരിക പ്രശ്നങ്ങൾക്കും വഴിതെളിക്കുകയും ചെയ്യുന്നു.

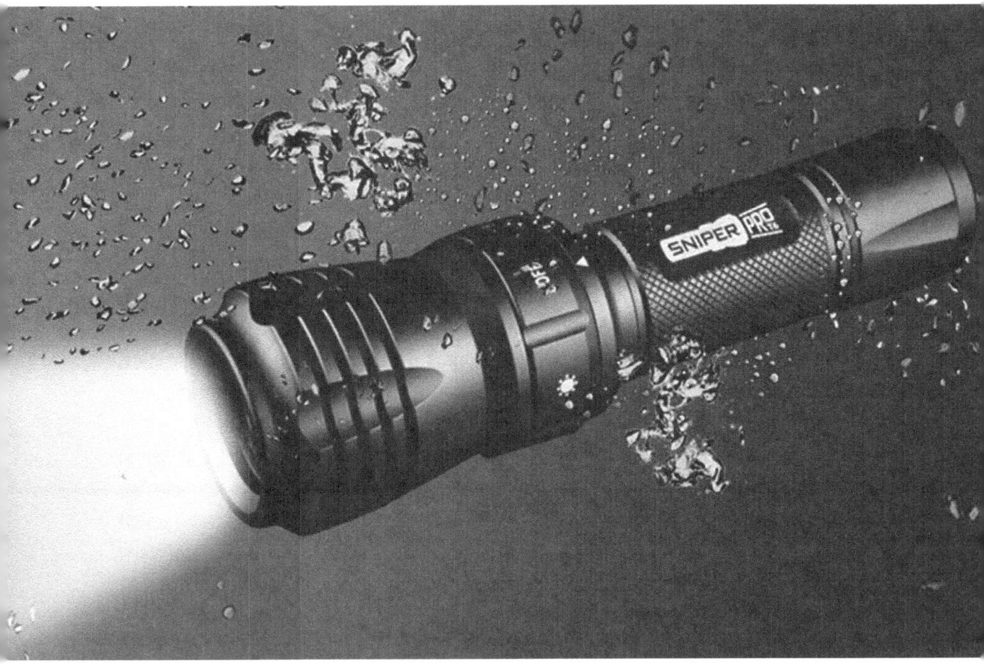

പ്രകാശ രശ്മിയുടെ അഗ്രം...

ഒരു ടോർച്ചിൽ നിന്നും പുറപ്പെടുന്ന പ്രകാശ രശ്മികളുടെ അഗ്രം നമുക്ക് കാണാൻ കഴിയുമോ?

യഥാർത്ഥത്തിൽ പ്രകാശത്തെയല്ല നമ്മൾ കാണുന്നത്. പ്രകാശത്താൽ പ്രകാശിതമാവുന്ന വസ്തുക്കളെയാണ്. ടോർച്ചടിക്കുമ്പോൾ അന്തരീക്ഷത്തിലെ പൊടി പടലങ്ങളിലും വായു തന്മാത്രകളിലും തട്ടി പ്രകാശം ചിതറുന്നു. ഇത്തരത്തിൽ പ്രകാശിതമായ കണികകളാണ് നമ്മൾ പ്രകാശ ബീം ആയി കാണുന്നത്. പ്രകാശം എന്നത് ഒരു വൈദ്യുത കാന്തിക തരംഗമാണ്. ഇതിന്റെ വേഗം എന്നത് 300000 km/s ആണ്. ഇത്രയും വേഗതയിൽ സഞ്ചരിക്കുന്നതിനാലാണ് ടോർച്ചിൽ നിന്നും പുറപ്പെടുന്ന പ്രകാശ രശ്മിയുടെ അഗ്രം നമുക്ക് കാണാൻ കഴിയാത്തത്,

തീ...

പദാർത്ഥങ്ങളുടെ രാസഭൗതിക മാറ്റങ്ങളുടെ ഒരു സംയോജിതരൂപമാണ് തീ. ഒരു നിശ്ചിത താപനിലയിൽ പദാർത്ഥങ്ങൾ ഓക്സിജനുമായി ചേർന്ന് പ്രവർത്തിക്കുകയും താപം, പ്രകാശം, ചാരം, പുക എന്നിവ പുറംതള്ളുകയും ചെയ്യുന്നു. തീ ഉണ്ടാവണമെങ്കിൽ മൂന്ന് ഘടകങ്ങൾ അനിവാര്യമാണ്, ജ്വലനസാധ്യതയുള്ള ഒരു പദാർത്ഥം, ഓക്സിജൻ, നിശ്ചിത താപനില എന്നിവയാണവ. ഇവയിൽ ഏതെങ്കിലും ഒന്ന് ഇല്ലെങ്കിൽ തീ ഉണ്ടാവുകയില്ല. ഇതാണ് അഗ്നിശമനപ്രവർത്തനത്തിന്റെ അടിസ്ഥാനം മുകളിൽ പറഞ്ഞ മൂന്നു ഘടകങ്ങളിൽ ഏതെങ്കിലും ഒന്നിന്റെ സാന്നിധ്യം ഇല്ലാതാക്കി തീ കെടുത്താൻ കഴിയും.

സാധാരണ ഗതിയിൽ തീ പിടിക്കുന്ന മിക്ക വസ്തുക്കളിലും കാർബണും ഹൈഡ്രജനും അടങ്ങിയിരിക്കുന്നുണ്ട്. ഒരു നിശ്ചിത താപനില വരെ ഇത്തരം പദാർത്ഥങ്ങളെ ചൂടാക്കിയാൽ ഇവ ഓക്സിജനുമായി പ്രവർത്തിച്ച് കാർബൺ ഡൈ ഓക്സൈഡ്, ജലബാഷ്പം എന്നിവ ഉണ്ടാവുന്നു. കൂടാതെ പദാർത്ഥത്തിലുള്ള മറ്റ് മൂലകങ്ങൾ ഓക്സിജനുമായി ചേർന്ന് അവയുടെ ഓക്സൈഡുകൾ ഉണ്ടാകുന്നു. ഇവ ഉന്നത താപനിലയിൽ പ്രകാശം ഉൽസർജിക്കുകയും തീ ആയി നമുക്ക് അനുഭവപ്പെടുകയും ചെയ്യുന്നു.

ഹൈഡ്രജൻ, മെഴുക്, പ്ലാസ്റ്റിക്, മണ്ണെണ്ണ, തടി, പേപ്പർ തുടങ്ങിയ പദാർത്ഥങ്ങൾ മാത്രമല്ല, ലോഹങ്ങൾ പോലും ജ്വലിക്കും അത്യധികം ഉയർന്ന താപനില നൽകുകയാണെങ്കിൽ.

തീക്കല്ല്...

വീടുകളിലെ LPG സ്റ്റൗ തീപിടിപ്പിക്കുന്നത് കണ്ടിരിക്കുമല്ലോ? ഇതിനുപയോഗിക്കുന്ന ഉപകരണമാണ് ലൈറ്റർ. എങ്ങിനെയാണിത് തീകത്തുന്നതിന് സഹായിക്കുന്നത്?

പണ്ടുകാലത്ത് അരണികടഞ്ഞും, കല്ലുകൾ കൂട്ടിയുരച്ചും തീ ഉണ്ടാക്കിയിരുന്നതായി കേട്ടിട്ടില്ലെ? വളരെ കാഠിന്യമുള്ള ഒരു പദാർത്ഥമാണ് തീക്കല്ല് ആയി പ്രവർത്തിക്കുന്നത്. സിലിക്കൺ അടങ്ങിയ ക്വാർട്ട്സ് പോലുള്ള പദാർത്ഥങ്ങൾ ഇത്തരത്തിൽ കാഠിന്യമേറിയതാണ്, ഇവയെ സ്റ്റീൽ, പൈറ്റെറ്റ് (ഇരുമ്പും സൾഫറും ചേർന്ന സംയുക്തം) എന്നിവയിലേതെങ്കിലും കൊണ്ട് ശക്തിയായി ഉരസുമ്പോൾ സ്പാർക്ക് ഉണ്ടാവുന്നു. ഇത്തരം സ്പാർക്ക് ആണ് LPG യെ തീപിടിപ്പിക്കുന്നത്. വിലയേറിയ ലൈറ്ററുകളിൽ ക്വാർട്ട്സ് ക്രിസ്റ്റലിന്റെ പീസോ ഇലക്ട്രിക് ഇഫക്ട് എന്ന ഒരു പ്രതിഭാസമാണ് ഉപയോഗപ്പെടുത്തിയിരിക്കുന്നത്.

പശയും ട്യൂബും...

പശ കാണാത്തവരും ഉപയോഗിക്കാത്തവരും ഉണ്ടാവില്ല. ഏത് രണ്ടു വസ്തുക്കളെയും തമ്മിൽ ഒട്ടിപ്പിക്കുന്ന പശകൾ ഇന്ന് വിപണിയിലുണ്ട്. എന്നാൽ പശ നിറച്ചിരിക്കുന്ന ട്യൂബിനുള്ളിൽ പശ ഒട്ടിപ്പിടിക്കാത്തതെന്തു കൊണ്ടായിരിക്കും?

സാധാരണ നിലയിൽ പശ എന്നു പറയുന്നത് രണ്ട് സംയുക്തങ്ങൾ ചേർന്ന ഒരു മിശ്രിതമാണ്. 30% പശ സംയുക്തവും 70% ലായക സംയുക്തവുമായിരിക്കും. ലായകം എന്നത് ജലമോ ഏതെങ്കിലും കാർബണിക സംയുക്തമോ ആയിരിക്കും. ഈ ലായകം ബാഷ്പീകരിച്ചു പോകുമ്പോൾ ആണ് പശ ഒട്ടിപ്പിടിക്കുന്നത്. ട്യൂബിനുള്ളിലായിരിക്കുമ്പോൾ ഈ ലായകം ബാഷ്പീകരിച്ചു നഷ്ടപ്പെടാനുള്ള സാധ്യതകുറവാണ്. എന്നാൽ ട്യൂബ് തുറന്നു വച്ചാലോ ട്യൂബിൽ ദ്വാരം ഉണ്ടാവുകയോ ചെയ്താലോ ട്യൂബിനുള്ളിൽ പശ കട്ടിയാകും. ട്യൂബിനകവശം വളരെ മിനുസമുള്ളതാകയാൽ പശ ട്യൂബിൽ പറ്റിപ്പിടിക്കാനുള്ള സാധ്യതയും കുറയുന്നു.

രണ്ടുതരം ബലങ്ങൾ കൊണ്ടാണ് പശ വസ്തുക്കളെ തമ്മിൽ ചേർക്കുന്നത്. ഒന്ന്, പശ തന്മാത്രകൾ തമ്മിലുള്ള ആകർഷണ ബലം (കൊഹിഷൻ) രണ്ട് പശ തന്മാത്രകളും ഒട്ടിച്ചു ചേർക്കപ്പെടേണ്ട വസ്തുവിലെ തന്മാത്രകളും തമ്മിലുള്ള ആകർഷണബലം (അഡ്ഹിഷൻ ബലം) പശയിലെ ലായകം ബാഷ്പീകരിച്ചു പോകുമ്പോൾ ഈ രണ്ട് ബലങ്ങളും പ്രവർത്തിക്കുകയും പശകട്ടിയാകുന്നതോടൊപ്പം വസ്തുക്കൾ തമ്മിൽ ഒട്ടിച്ചേരുകയും ചെയ്യുന്നു..

പശകൾ... പലതരം...

ആയിരക്കണക്കിനു വർഷങ്ങൾക്കുമുമ്പുതന്നെ മനുഷ്യർ പശ ഉപയോഗിക്കാൻ തുടങ്ങിയിട്ടുണ്ട്. പ്രകൃതിയിൽ തന്നെയുള്ളത് ഉപയോഗിക്കുക, അതിൽനിന്ന് പ്രചോദനം ഉൾക്കൊണ്ട് പുതിയവ നിർമ്മിക്കുക എന്നിവയെല്ലാം മനുഷ്യർ അവലംബിക്കാറുണ്ട്.

വിവിധതരം പശകൾ പ്രവർത്തിക്കുന്നതെങ്ങിനെയാണെന്ന്നോക്കാം.

താപ സംവേദകപശ: ഇത്തരം പശകൾ ഒരു നിശ്ചിത താപനില വരെ ചൂടാക്കിയാൽ ഉരുകുകയും തണുക്കുന്നതിനനുസരിച്ച് ഒട്ടിപ്പിടിക്കുകയും ചെയ്യുന്നു. പ്രകൃതിയിൽ ഇത്തരം പശ നിർമ്മിക്കുന്ന ജീവിയാണ് തേനീച്ച. അവയുടെ ശരീര താപനിലയിൽ മെഴുക് രൂപപ്പെടുത്തുകയും തേനീച്ചക്കൂട് ഉണ്ടാക്കുകയും ചെയ്യുന്നു. വായുവിൽ തണുക്കുമ്പോൾ അത് ഉറപ്പുള്ളതായി മാറുന്നു.

മർദ്ദ സംവേദകപശ: ഇത്തരം പശകൾ ഏത് താപനിലയിലും മാർദ്ദവമുള്ളതും പശ നിലനിർത്തുന്നതുമായിരിക്കും. ചെറിയ ഒരു മർദ്ദം നില്കുമ്പോൾ മാത്രമാണിവ ഒട്ടിപ്പിടിക്കുന്നത്. ഒട്ടിപ്പോ നെയിംസ്ലിപ്പുകളിലും ഇൻസുലേഷൻ ടേപ്പുകളിലുമൊക്കെ ഇത്തരം പശകളാണ് ഉപയോഗിക്കുന്നത്.

എട്ടുകാലി ഇത്തരം പശ നിർമ്മിക്കുന്ന ജീവിയാണ്. ഇവയുടെ വലയിലുള്ള പശ ഒരിക്കലും ഉറയ്ക്കുകയില്ല. എന്നാൽ ചെറു പ്രാണികൾ തട്ടുമ്പോൾ ഏൽക്കുന്ന മർദ്ദം കാരണം അവ ഒട്ടിപ്പിടിക്കുന്നു. ചില ഇരപിടിയൻ സസ്യങ്ങളും ഇത്തരം പശ ഉൽപാദിപ്പിക്കുന്നുണ്ട്.

ലായക പശ

സാധാരണ ഗതിയിൽ നാം ഉപയോഗിക്കുന്ന പശ ഇത്തരത്തിലുള്ളതാണ് ഇതിലെ ലായകം ബാഷ്പീകരിച്ചു പോകുമ്പോൾ പശ ഉറക്കുന്നു. ചിതലുകൾ അവയുടെ തലയിലുള്ള ഒരു ഗ്രന്ഥി ഉൽപാദിപ്പിക്കുന്ന സ്രവം ഉപയോഗിച്ചാണ് മണ്ണിൽ പുറ്റ് ഉണ്ടാക്കുന്നത് ഇത് ഉണങ്ങുമ്പോൾ നല്ല ഉറപ്പുള്ള ചിതൽ പുറ്റായി മാറുന്നു. ദേശാടനക്കിളിയായ ഒരിനം കുരുവികളും അവയുടെ പ്രത്യേകതരം ഉമിനീർ ഉപയോഗിച്ച് മൺകൂട് ഉണ്ടാക്കുന്നു. ഒരു തരം കടന്നലുകൾ മരത്തൊലി ചവച്ച് അവയിലെ സെല്ലുലോസിൽ നിന്നും പശ ഉണ്ടാക്കിയാണ് കടന്നൽകൂട് ഉണ്ടാക്കുന്നത്.

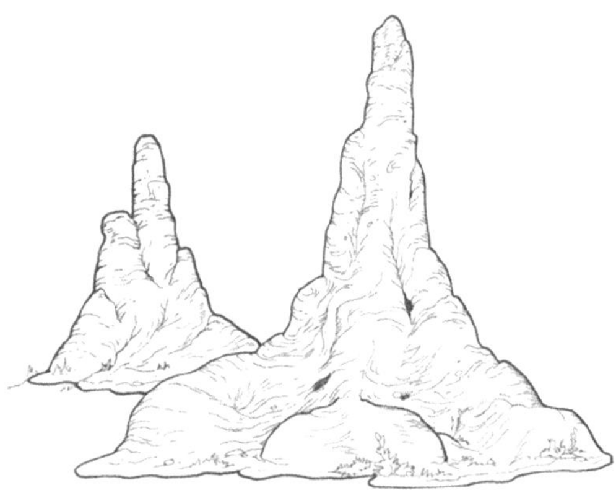

സൂപ്പർഗ്ലൂ...

ഇത്തരം പശകൾ സാധാരണയായി സയനോ അക്രിലേറ്റുകൾ എന്നറിയപ്പെടുന്ന രാസ സംയുക്തങ്ങളാണ്. ഈർപ്പം ലഭിക്കുമ്പോൾ ഇവ ഒട്ടിപ്പിടിക്കുന്നു. പശ ട്യൂബിൽ നിന്ന് പുറത്തെടുത്ത് ഏതാനും സെക്കന്റുകൾ കൊണ്ട് തന്നെ ഇവ ഈർപ്പവുമായി ചേർന്ന് കട്ടിയുള്ളതായിത്തീരുന്നു.

മരപ്പശ...

ചിലതരം റബ്ബർ മരങ്ങൾ ഉൽപാദിപ്പിക്കുന്ന വെള്ള നിറത്തിലുള്ള ദ്രാവകങ്ങളും പ്രകൃതിദത്തമായ പശകളാണ്.

നാരങ്ങ നീരും... അഴുക്കും

പാത്രങ്ങൾ കഴുകി വൃത്തിയാക്കാനുള്ള ഉൽപന്നങ്ങളുടെ പരസ്യം കേട്ടിരിക്കുമല്ലോ? അവയിൽ നാരങ്ങയുടെ ശക്തി അടങ്ങിയിട്ടുണ്ട് എന്നാണവർ അവകാശപ്പെടുന്നത്. നാരങ്ങ എങ്ങിനെയാണ് പാത്രം വൃത്തിയാക്കുന്നത്.

ചെറുനാരങ്ങാനീരോ, സുർക്കയോ ഉപയോഗിച്ച് കറ പിടിച്ച പാത്രങ്ങൾ കഴുകിയാൽ അവ വൃത്തിയാകുന്നത് കാണാം. ചെറുനാരങ്ങയിൽ സിട്രിക് ആസിഡും സുർക്കയിൽ അസെറ്റിക് ആസിഡും അടങ്ങിയിട്ടുണ്ട്. ശക്തി കുറഞ്ഞ ആസിഡുകളാണിവ. ഇവയുടെ സാന്നിധ്യത്തിൽ കറയും അഴുക്കും പാത്രത്തിൽനിന്ന് നീക്കം ചെയ്യപ്പെടുന്നു.

പ്രായോഗികമായി എല്ലാതരം കറകളും ഇപ്രകാരം നീക്കം ചെയ്യപ്പെടുകയില്ല.

ഏതെങ്കിലും ലോഹ ലവണങ്ങൾ അടങ്ങിയ കറയാണെങ്കിൽ അവ ആസിഡുമായി പ്രവർത്തിച്ച് വിഘടിക്കുകയും പാത്രത്തിൽനിന്ന് ഇളക്കിപ്പോവുകയും ആണ് ചെയ്യുന്നത്. സാധാരണ ഗതിയിൽ കാൽസ്യം കാർബണേറ്റിന്റെയോ മഗ്നീഷ്യം കാർബണേറ്റിന്റെയോ മറ്റോ അംശങ്ങൾ പറ്റിപ്പിടിച്ചുണ്ടാകുന്ന അഴുക്കും കറയുമാണ് ഇപ്രകാരം എളുപ്പത്തിൽ നീക്കം ചെയ്യപ്പെടുന്നത്.

ആപ്പിൾ മുറിക്കുമ്പോൾ...

ആപ്പിളും മറ്റും മുറിച്ച് അല്പസമയം വച്ചിരുന്നാൽ അവയുടെ നിറം മാറുന്നത് കണ്ടിട്ടില്ലേ? ഇതിന്റെ പിന്നിലുള്ള രസതന്ത്രം എന്താണെന്നു നോക്കാം.

ആപ്പിൾ മുറിക്കുമ്പോൾ അവയുടെ കോശഭിത്തികൾക്ക് കേടുപാടുകൾ സംഭവിക്കുന്നു.

കോശങ്ങളിലുള്ള കാർബണിക സംയുക്തങ്ങളായ ഫീനോളുകൾ, (ഇവ നിറം ഇല്ലാത്തവയാണ്) ആപ്പിളിലെ എൻസൈമും അന്തരീക്ഷവായുവുമായി രാസപ്രവർത്തനത്തിലേർപ്പെടുന്നു. ഇതിന്റെ ഫലമായി ധാരാളം രാസപ്രവർത്തനങ്ങളുടെ ശൃംഖല തന്നെ ഉണ്ടാവുകയും തവിട്ട് നിറമുള്ള ഒരു വർണ്ണകം ഉൽപാദിപ്പിക്കപ്പെടുകയും ചെയ്യുന്നു. കേടുപാടുകൾ സംഭവിച്ച കോശങ്ങളുടെ എണ്ണം, താപനില, സമയം ഇവ കൂടുന്നതിനനുസരിച്ച് ഉണ്ടായ വർണ്ണ വസ്തുവിന്റെ അളവും വർദ്ധിക്കുന്നു. ഇതാണ് മുറിച്ചുവച്ച ആപ്പിളിന്റെ നിറം മാറുന്നതിനു കാരണം.

ആപ്പിളിനു മാത്രമല്ല ചിലതരം പച്ചക്കറികൾക്കും ഏതാനും പഴവർഗ്ഗങ്ങൾക്കും ഈ മാറ്റം ദൃശ്യമാണ്. മുറിച്ച ഉടനെ പാചകം ചെയ്യുകയാണെങ്കിൽ ഇപ്രകാരം നിറം മാറ്റം ഉണ്ടാവുകയില്ല. കാരണം പാചകം ചെയ്യുമ്പോൾ എൻസൈമുകൾ നശിക്കുന്നതുകൊണ്ടാണ്. കൂടാതെ മുറിച്ച ഭാഗത്ത് നാരങ്ങാനീര് പുരട്ടിയാലും നിറം മാറ്റം സംഭവിക്കുന്നത് കുറയ്ക്കാം. നാരങ്ങാനീരിലുള്ള വിറ്റാമിൻ C ഒരു നിരോക്സീകാരിയായി പ്രവർത്തിച്ച് ഓക്സിജനുമായുള്ള പ്രവർത്തനം തടയുന്നു.

ഉണക്കമുന്തിരിയുടെ നിറം മാറ്റത്തിനും പഴ വർഗ്ഗങ്ങളുടെ ചതവുകൾ പറ്റിയ ഭാഗത്തെ നിറം മാറ്റത്തിനും കാരണം ഇതുതന്നെയാണ്.

ബെസ്റ്റ് ബിഫോറും എക്സ്പയറി ഡേറ്റും

മരുന്നു കുപ്പിയിലും പാക്ക് ചെയ്ത ഭക്ഷണ പദാർത്ഥങ്ങളിലും സാധാരണ യായി കാണാവുന്ന ഒരു മുന്നറിയിപ്പാണ്. Best Befor date /expiry date. ഇത് എന്തിനെയാണ് സൂചിപ്പിക്കുന്നത്? ഇത് എങ്ങിനെയാണ് കണക്കാക്കുന്നത്?

പാക്ക് ചെയ്ത ഒരു ഭക്ഷണപദാർത്ഥം ഉപയോഗയോഗ്യമാണോ അതോ കേടായിപ്പോയിട്ടുണ്ടോ എന്ന് മനസിലാക്കുവാൻ വളരെ പ്ര യാസമാണ്. ഈ പ്രയാസം ഒഴിവാക്കാൻ വേണ്ടിയാണ് best before date എന്ന സൂചന പാക്കറ്റിൽ കൊണ്ടുവരുന്നത്.

ഒരു ഭക്ഷണ പദാർത്ഥം നിർമ്മിച്ച് അണുവിമുക്ത സാഹചര്യങ്ങ ളിൽ സീൽ ചെയ്ത് സുരക്ഷിതമായി സൂക്ഷിക്കുകയാണെങ്കിൽ എത്ര കാലം കേടുകൂടാതിരിക്കാം എന്നത് കണക്കാക്കിയാണ് ഇത്തരം ഒരു തിയ്യതി നിശ്ചയിക്കപ്പെടുന്നത്. ഈ തിയ്യതിയുടെ വളരെ മുന്നെയുള്ള ഒരു തിയ്യതിയാണ് സാധാരണയായി best before date ആയി സൂചിപ്പി ക്കുക. കാരണം ഒരു കാരണവശാലും ഈ തിയ്യതിക്കുമുമ്പ് ഭക്ഷണ പദാർത്ഥം കേടായിപ്പോകരുത് എന്ന ഉത്തവാദിത്വം നിർമ്മാതാക്കളുടേ താണ്. എന്നാൽ best before date കഴിഞ്ഞ ഉടൻ തന്നെ ഇത്തരം ഭക്ഷണ പദാർത്ഥങ്ങൾ കേടായിപ്പോകും എന്ന് ഇതിനർത്ഥമില്ല. സുരക്ഷിത മായി സീൽ ചെയ്താണ് സൂക്ഷിക്കുന്നതെങ്കിൽ-

എന്നാൽ ഒരിക്കൽ തുറന്നുപയോഗിക്കപ്പെട്ട ഭക്ഷണ പദാർത്ഥങ്ങ ൾക്ക് best before date ബാധകമല്ല. കാരണം ഇവിടെ ബാക്ടീരിയകളു ടെയും സൂക്ഷ്മ ജീവികളുടെയും പ്രവർത്തനം ആരംഭിച്ചിരിക്കും. എന്ന താണ്.

ചില ഭക്ഷണ പാക്കുകളിൽ ഇത്ര ദിവസങ്ങൾക്കുള്ളിൽ ഉപയോ ഗിച്ചിരിക്കണം എന്ന നിർദ്ദേശമുണ്ടായിരിക്കും. അത്തരം ഭക്ഷണപ ദാർത്ഥങ്ങൾ നിശ്ചിത ദിവസങ്ങൾക്കുള്ളിൽതന്നെ ഉപയോഗിച്ചിരി ക്കണം എന്നത് നിർബന്ധമാണ്. അതിനുശേഷം അവവിൽക്കുന്നതും ഉപയോഗിക്കുന്നതും ആരോഗ്യകരമല്ല. മരുന്നുകുപ്പിയിലും ഗുളികയുടെ പാക്കിലും മറ്റും കാണുന്ന expiry date ഉം ഇത്തരത്തിലുള്ള നിയന്ത്രിത ഉപയോഗത്തെ സൂചിപ്പിക്കുന്നവയാണ്. expiry date കഴിഞ്ഞ ഗുളിക യും മരുന്നും ഒരു കാരണവശാലും കഴിക്കരുത്.

സ്ട്രോ...

തണുത്ത പാനീയം കുടിക്കുമ്പോൾ സ്ട്രോ ഉപയോഗിക്കാറുണ്ടല്ലോ? സ്ട്രോയുടെ പിന്നിൽ ഒരു ശാസ്ത്രതത്വം ഉണ്ട്. വളരെ തണുത്ത പാനീയം കഴിക്കുമ്പോഴാണ് നമ്മൾ സാധാരണയായി സ്ട്രോ ഉപയോഗിക്കാറ് എന്തിനാണ് സ്ട്രോ ഉപയോഗിക്കുന്നത്.?

സാധാരണ വെള്ളം കുടിക്കുന്നതുപോലെ വളരെ തണുപ്പുള്ള പാനീയം കുടിക്കാൻ ശ്രമിച്ചിട്ടുണ്ടോ? പല്ലിൽ തണുപ്പു തട്ടുമ്പോൾ ഉണ്ടാകുന്ന അസ്വസ്ഥത ഒഴിവാക്കാൻ സ്ട്രോ സഹായിക്കും.

അന്തരീക്ഷ മർദ്ദം ഉള്ളതുകൊണ്ടാണ് സ്ട്രോ ഉപയോഗിച്ച് വെള്ളം കുടിക്കാൻ സാധിക്കുന്നത്. സ്ട്രോ ഉപയോഗിച്ച് നമ്മൾ വായയ്ക്കകത്തേക്ക് വായുവിനെ വലിക്കുമ്പോൾ വായയിലെയും സ്ട്രോയുടെ ഉൾവശത്തെയും വായുവിനെയാണ് നീക്കം ചെയ്യാൻ ശ്രമിക്കുന്നത്. ഇതിന്റെ ഭാഗമായി അവിടങ്ങളിലെ മർദ്ദം കുറയുന്നു. എന്നാൽ ഗ്ലാസിലെ പാനീയത്തിൽ അനുഭവപ്പെടുന്ന അന്തരീക്ഷ മർദ്ദം അതേപടി നിലനിൽക്കുന്നതിനാൽ ജലം സ്ട്രോയിലൂടെ മുകളിലേക്ക് കയറുന്നു. സാധാരണഗതിയിൽ വെള്ളം കുടിക്കുമ്പോഴും ഇത്തരത്തിലുള്ള മർദ്ദവ്യത്യാസം തന്നെയാണ് അതിന് സഹായിക്കുന്നത്.

തേൻ... മധുരം...

തേൻ ഇഷ്ടപ്പെടാത്തവരോ കഴിക്കാത്തവരോ ആയി ആരും ഉണ്ടാവില്ല. വർഷ ങ്ങളോളം കേടാകാതിരിക്കുന്ന ഒരു ഭക്ഷണ പദാർത്ഥം ഒരു പക്ഷേ തേൻ മാത്രമായിരിക്കും. എന്തുകൊണ്ടാണ് തേൻ കേടാകാതിരിക്കുന്നത്?

തേനിലെ ഉയർന്ന പഞ്ചസാരസാന്നിധ്യമാണ് തേനിനെ കേടുവരുത്താതിരിക്കുന്നത്. ഭക്ഷണ പദാർത്ഥങ്ങൾ കേടാകുന്നത് അവയിൽ ബാക്ടീരിയകളോ സൂക്ഷ്മജീവികളോ പ്രവർത്തിക്കുന്നതുകൊണ്ടാണ്. ഇതിന് ജലത്തിന്റെ സാന്നിധ്യവും അത്യന്താപേക്ഷിതമാണ്. എന്നാൽ തേനിലെ ഉയർന്ന പഞ്ചസാരയുടെ അളവ് ഇവയുടെ പ്രവർത്തനത്തെ തടയുന്നു. ഇതുമൂലം തേൻ കേടാവുന്നില്ല.

തേനിൽ ചില എൻസൈമുകളും അരോമാറ്റിക് ആസിഡുകളും അടങ്ങിയിരിക്കുന്നതിനാലും ഇവ സൂക്ഷ്മ ജീവികളുടെ പ്രവർത്തനത്തെ തടയുന്നു. ഈ കാരണത്താൻ തന്നെ മുറിവിൽ തേൻ പുരട്ടിയാൽ വേഗം ഉണങ്ങുന്നതാണ്. (ശുദ്ധമായ തേനായിരിക്കണം എന്നുമാത്രം.)

തേനിൽ 70 -80 ശതമാനത്തോളം പഞ്ചസാര അടങ്ങിയിരിക്കുന്നു. അല്പാല്പം പൂമ്പൊടി, ധാതുക്കൾ, വിറ്റാമിനുകൾ, എൻസൈമുകൾ, പ്രോട്ടീൻ എന്നിവയും ഇതിലടങ്ങിയിട്ടുണ്ട്. തേനിൽ അടങ്ങിയിരിക്കുന്ന പഞ്ചസാര സാധാരണ പഞ്ചസാരയിൽ നിന്നും വിഭിന്നമാണ്. സാധാരണ പഞ്ചസാര സൂക്രോസ് എന്നറിയപ്പെടുന്ന ഒരു കാർബോഹൈഡ്രേറ്റ് ആണ്. എന്നാൽ തേനിൽ അടങ്ങിയിരിക്കുന്ന പഞ്ചസാരയിൽ ഗ്ലൂക്കോസ്, ഫ്രക്ടോസ്, അല്പം സൂക്രോസ്, ഡെക്സ്ട്രിൻ എന്നീ വിവിധ തരം പഞ്ചസാരകൾ അടങ്ങിയിരിക്കുന്നു. ഈ വിവിധതരം പഞ്ചസാരകളുടെ അനുപാതം ആണ് തേൻ എത്രകാലം കേടാകാതെ ഇരിക്കുന്നു എന്നതിനെ നിശ്ചയിക്കുന്നത്.

പേപ്പറും എണ്ണയും

സാധാരണ പേപ്പർ പ്രകാശത്തെ കടത്തിവിടാത്തവയാണ് എന്നാൽ പേപ്പറിന്റെ കനം കുറയ്ക്കുന്നതനുസരിച്ച് അതിന്റെ സുതാര്യത കൂടി വരും. എന്നാൽ അല്പം ഗ്രീസോ എണ്ണയോ ആയാലും പേപ്പർ ഈ സ്വഭാവം കാണിക്കുന്നുണ്ട് എന്തായിരിക്കും കാരണം.?

പേപ്പർ നിർമ്മിക്കപ്പെട്ടിരിക്കുന്നത് നീളമുള്ള സെല്ലുലോസ് തന്മാത്രകൾ കൊണ്ടാണ്. ഇത്തരം സെല്ലുലോസ് തന്മാത്രകൾ പരസ്പരബന്ധിതമായ അനേകം പാളികൾ ചേർന്നാണ് പേപ്പർ രൂപപ്പെടുന്നത്. ഇതിലേക്ക് പ്രകാശം പതിക്കുമ്പോൾ വിസരണം സംഭവിക്കുകയും പ്രകാശത്തെ എല്ലാവശങ്ങളിലേക്കും ചിതറിക്കുകയും ചെയ്യുന്നു. ഇതുമൂലം പേപ്പർ അതാര്യ സ്വഭാവം കാണിക്കുകയും തിളക്കമില്ലാത്ത വെള്ള നിറത്തിൽ കാണപ്പെടുകയും ചെയ്യുന്നു. എന്നാൽ എണ്ണയോ ഗ്രീസ്സോ പുരട്ടുമ്പോൾ അതിലുള്ള നീണ്ട കൊഴുപ്പ് തന്മാത്രകൾ പേപ്പറിലുള്ള സെല്ലുലോസ് തന്മാത്രകൾക്കിടയിൽ സ്ഥാനം പിടിക്കുകയും പ്രകാശത്തെ വിസരണം ചെയ്യുന്നതിനുള്ള കഴിവ് കുറക്കുകയും ചെയ്യുന്നു. ഇതിനാൽ എണ്ണ പുരട്ടിയ ഭാഗം തിളങ്ങുന്നതായും അല്പം സുതാര്യത വരുന്നതായും മാറുന്നു.

രക്തക്കറ...

വസ്ത്രത്തിൽ പലതരത്തിലുള്ള കറകളും അഴുക്കുകളും പറ്റാറുണ്ടല്ലോ? ഒരു വിധം കറകളെല്ലാം കഴുകിക്കളായാവുന്നതാണ്. ഭക്ഷണത്തിലുള്ള എണ്ണ കൊഴുപ്പ് തുടങ്ങിയ കറകൾ വെള്ളം കൊണ്ട് കഴുകിയോ ഡിറ്റർജന്റ് ഉപയോഗിച്ചോ നീക്കംചെയ്യാവുന്നതാണ്. ഡിറ്റർജന്റിലുള്ള പ്രത്യേക തരം തന്മാത്രകളുടെ ഒരഗ്രം എണ്ണ തന്മാത്രകളോട് പ്രതിപത്തിയുള്ളവയും മറ്റേ അഗ്രം ജലത്തോട് പ്രതിപത്തിയുള്ളവയും ആണ്. ഇത് മൂലം ഡിറ്റർജന്റ് ഉപയോഗിച്ച് കഴുകുമ്പോൾ ഇത്തരം കറകൾ ഇളക്കി വരുന്നു. എന്നാൽ എണ്ണയോ കൊഴുപ്പോ അല്ലാതെയുള്ള സാധാരണ അഴുക്ക് സോപ്പുപയോഗിച്ചോ, ചൂടുവെള്ളമുപയോഗിച്ചോ കഴുകുമ്പോൾ, വെള്ളത്തിന്റെ പ്രതല ബലം കുറയ്ക്കുന്നതിനാൽ വസ്ത്രത്തിന്റെ നേർത്ത നാരുകൾക്കിടയിൽ പോലും കടന്നു കയറി വൃത്തിയാക്കുവാൻ സാധിക്കുന്നു.

എന്നാൽ വസ്ത്രത്തിൽ പുരണ്ട രക്തക്കറ ഇത്തരത്തിൽ കഴുകിക്കളയുവാൻ കഴിയുകയില്ല. ഡിറ്റർജന്റുകളുടെ തന്മാത്രകളുമായി ബന്ധനത്തിലേർപ്പെടാൻ പറ്റിയ ഒരു ഘടകവും ഇത്തരം കറകളിലില്ല. കറപറ്റിയ ഉടൻ കഴുകിക്കളയാമെന്നല്ലാതെ ഉണങ്ങിപ്പിടിച്ചാൽ നീക്കം ചെയ്യാൻ പ്രയാസമാണ്. മാത്രവുമല്ല കറകളയാൻ വേണ്ടി ചൂടുവെള്ളം ഉപയോഗിച്ചാൽ കറ കൂടുതൽ ഉറയ്ക്കുകയാണ് ചെയ്യുക. രക്തത്തിലുള്ള പ്രോട്ടീൻ തന്മാത്രകൾ ഏകദേശം 42°C താപനിലയിൽ കട്ടിപിടിക്കുന്നവയാണ്. ഇതിനാൽ കറ വസ്ത്രത്തിൽ കൂടുതൽ പറ്റിപ്പിടിച്ചിരിക്കും.

എന്നാൽ ഇത്തരം കറകൾ കളയുവാൻ കഴിയുന്ന ചില പദാർത്ഥങ്ങൾ വിപണിയിൽ ലഭ്യമാണ്. ഇവ ഉപയോഗിച്ചാൽ കറ നീക്കം ചെയ്യപ്പെടുകയല്ല മറിച്ച് അവയെ അദൃശ്യമാക്കുകയാണ് ചെയ്യുന്നത്. ഓക്സീകരണം എന്ന പ്രവർത്തനം മൂലമാണ് ഇത് സാധ്യമാകുന്നത്.

ഇവ പ്രവർത്തനശേഷി കൂടിയ ഓക്സിജൻ തന്മാത്രകളെ ഉല്പാദിപ്പിക്കുകയും ഈ ഓക്സിജൻ തന്മാത്രകൾ കറയിലുള്ള വർണ്ണവസ്തുക്കളുമായി പ്രവർത്തിച്ച് വർണ്ണമില്ലാത്ത വസ്തുക്കളാക്കി മാറ്റുകയുമാണ് ചെയ്യുന്നത്. ഇങ്ങനെ ചെയ്യുന്നതുമൂലം വസ്ത്രത്തിന്റെ നിറവും അല്പാല്പമായി കുറയും എന്ന് പറയേണ്ടതില്ലല്ലോ?

പേപ്പറിന്റെ നിറം

പഴക്കം കൂടും തോറും പേപ്പറിന്റെ നിറം മാറിവരുന്നത് കണ്ടിരിക്കുമല്ലോ? ഫാക്ടറിയിൽ നിന്ന് പുറത്തുവരുന്ന പേപ്പർ വെള്ള നിറത്തിലുള്ളതാണ്. ഇതിലെ തന്മാത്രഘടന എല്ലാ പ്രകാശവർണ്ണങ്ങളെയും ഒരേ അളവിൽ പ്രതിപതിപ്പിക്കുകയോ വിസരണം ചെയ്യിക്കുകയോ ചെയ്യുന്നതിനാൽ പേപ്പർ വെള്ളനിറത്തിൽ കാണപ്പെടുന്നു. എന്നാൽ കാലം കഴിയും തോറും പേപ്പർ നിറം മാറി മഞ്ഞനിറത്തിലാവുന്നു. ഇതിനുപിന്നിലുള്ള രസതന്ത്രം എന്താണെന്നു നോക്കാം.

മരം ഉപയോഗിച്ചാണല്ലോ പേപ്പർ നിർമ്മിക്കുന്നത്. മരത്തിന്റെ കോശങ്ങൾക്ക് ഉറപ്പു നൽകാൻ സഹായിക്കുന്ന ഒരു ഘടകമാണ് ലിഗ്നിൻ. സൂര്യപ്രകാശത്തിലെ ആൾട്രാവയലറ്റ് രശ്മികളുടെ സാന്നിധ്യത്തിൽ ഓക്സിജന്റെ സഹായത്താൽ ലിഗ്നിൻ വിഘടിക്കപ്പെടുന്നു. ഇങ്ങനെ ഉണ്ടാക്കുന്ന ഘടകങ്ങൾ സൂര്യപ്രകാശത്തിലെ നീല പ്രകാശത്തെ കൂടുതലായി ആഗിരണം ചെയ്യുന്നു. ഇതുമൂലം കടലാസിൽ നിന്ന് പ്രതിഫലിക്കപ്പെടുന്ന പ്രകാശത്തിൽ മഞ്ഞ പ്രകാശത്തിന്റെ അനുപാതം കൂടുതലാവുന്നു. ഇതുമൂലം പേപ്പർ മഞ്ഞനിറത്തിൽ കാണപ്പെടുന്നു. (സൂര്യപ്രകാശത്തിൽ VIBGYOR എന്ന ഏഴ് വർണ്ണങ്ങൾ അടങ്ങിയിരിക്കുന്നു. VIB എന്ന നീലഭാഗവും YOR എന്ന മഞ്ഞഭാഗവും ഒരേ അനുപാതത്തിലാണെങ്കിൽ ധവള പ്രകാശമായി കാണപ്പെടുന്നു).

ഈ നിറം മാറ്റം സംഭവിക്കാതിരിക്കാൻ പല മാർഗങ്ങളും കടലാസ് നിർമ്മാതാക്കൾ അവലംബിക്കാറുണ്ട്. ഉയർന്ന നിലവാരത്തിലുള്ള പേപ്പറുകളിൽ ലിഗ്നിന്റെ അളവ് തീരെ ഉണ്ടാവില്ല. കാരണം അവ മരം ഉപയോഗിച്ചല്ല ഉണ്ടാക്കുന്നത്. പേപ്പറിൽ അല്പം നീല വർണ്ണ വസ്തു കലർത്തിയും ഈ പ്രശ്നം പരിഹരിക്കാം. മഞ്ഞ, നീലപ്രകാശത്തിന്റെ അനുപാതം നിലനിർത്താൻ ഇത് സഹായിക്കുന്നു. കൂടാതെ തിളക്കം നിൽക്കുന്ന പദാർത്ഥങ്ങൾ പേപ്പറിൽ ചേർത്തും നിറം നിലനിർത്താൻ കഴിയും.

വെടിക്കെട്ടിന്റെ നിറം

ഉത്സവങ്ങൾക്കും മറ്റും മാനത്ത് പൊട്ടിവിടരുന്ന വർണാഭമായ കരിമരുന്ന് പ്രയോഗം കണ്ടിരിക്കുമല്ലോ എങ്ങിനെയാണ് ഇതിന് വ്യത്യസ്ത നിറങ്ങൾ വരുന്നത്. വിനോദത്തിനു വേണ്ടിയുള്ള കരിമരുന്ന് പ്രയോഗം പ്രാചീന ചൈനയിൽ നിന്നാണ് തുടങ്ങുന്നത്. BC 9-ാം നൂറ്റാണ്ടിൽ കരിയും ഗന്ധകവും ചില ലവണങ്ങളും ചേർത്ത് നിർമ്മിച്ച കരിമരുന്നുപയോഗിച്ച് മാനത്ത് മാന്ത്രിക വെളിച്ചം വിരിയിച്ചിരുന്നു.

ഇന്ന് വെടിമരുന്നിന്റെ കൂടെ ഏതാനും ലോഹസംയുക്തങ്ങൾ ചേർത്താണ് വിവിധ വർണങ്ങൾ ഉണ്ടാക്കുന്നത്. മഗ്നീഷ്യവും അലുമിനിയവുമാണ് ഉപയോഗിക്കുന്നതെങ്കിൽ അത്യധികം ശോഭയുള്ള ധവള പ്രകാശമാണ് ലഭിക്കുക. സ്ട്രോൺഷ്യം സംയുക്തമാണ് ചേർക്കുന്നതെങ്കിൽ ഓറഞ്ച് കലർന്ന ചുവപ്പ് നിറം, ബൊറാക്സ് (സോഡിയം, ബോറോൺ, ഓക്സിജൻ എന്നിവ ചേർന്ന സംയുക്തം) ആണെങ്കിൽ പച്ചനിറം, ബേരിയം ഉപയോഗിച്ചാൽ മഞ്ഞകലർന്ന പച്ചനിറം, കോപ്പർ ലവണങ്ങളാണെങ്കിൽ ഇളം നീല എന്നിങ്ങനെ നീളുന്നു. തിളക്കമുള്ള പൊട്ടിത്തെറികൾ ഉണ്ടാക്കുന്നതിന് ഇരുമ്പു പൊടിയാണ് ഉപയോഗിക്കാറ്. ഇതിൽ ഉപയോഗിക്കുന്ന പലതും വിഷ പദാർത്ഥങ്ങളും ഉയർന്ന സ്ഫോടന ശേഷിയുള്ളതുമാകയാൽ ഇവയുടെ പ്രകടനം തറയിൽവച്ചല്ല മാനത്തുവച്ചാണ് നടത്താറ്. വളരെയധികം അന്തരീക്ഷമലിനീകരണത്തിനും ശബ്ദമലിനീകരണത്തിനും കാരണമാകുന്നതിനാൽ ഇത്തരം പ്രയോഗങ്ങൾ നിയന്ത്രിക്കേണ്ടതുണ്ട്.

ടയറിന്റെ നിറം...

വാഹനങ്ങളുടെ ടയർ കണ്ടിരിക്കുമല്ലോ? എല്ലാ ടയറുകളും കറുപ്പുനിറത്തിലാണ്. എന്തായിരിക്കും ഇതിന് കാരണം? മറ്റേതെങ്കിലും നിറത്തിൽ ടയറുകൾ ലഭ്യമാണോ?

ടയർ നിർമ്മിക്കുന്നത് റബ്ബറിൽ നിന്നാണ്. റബ്ബർ മരത്തിൽ നിന്നും ലഭിക്കുന്ന ഇളം മഞ്ഞനിറത്തിലുള്ള പാലുപോലുള്ള ഒരു കറ (Latex) ആണ് റബ്ബർ എന്നറിയപ്പെടുന്നത്.

പ്രകൃതിദത്തമായ ഈ റബ്ബറിന് ഒട്ടിപ്പിടിക്കുന്ന സ്വഭാവം വളരെക്കൂടുതലാണ്. ഇതിനാവശ്യമായ കാഠിന്യവും ഇലാസ്റ്റിസിറ്റിയും ഭാരം താങ്ങാനുള്ള കഴിവുമെല്ലാം നൽകുന്നത് വൾക്കനൈസേഷൻ എന്ന പ്രക്രിയ വഴിയാണ്. (സൾഫർ ചേർത്ത് ചൂടാക്കുന്ന ഈ പ്രക്രിയ വഴി റബ്ബർ തന്മാത്രകൾ തമ്മിൽ ഒരുമിച്ച് ചേർക്കുന്നു.) ഇതിനുശേഷം കരിപ്പൊടിയും (കാർബൺ) ചേർക്കുന്നതോടെ ടയർ നിർമ്മിക്കാനാവശ്യമായ ഗുണം റബ്ബറിനു കൈവരുന്നു. കാർബണിന്റെ സാന്നിധ്യമാണ് ടയറിന് കറുപ്പ് നിറം നൽകുന്നത്. മറ്റു പല നിറങ്ങളിലും ടയർ പുറത്തിറങ്ങിയിരുന്നു. എന്നാൽ അവയെല്ലാം പുറമെയുള്ള ഒരു പാളിമാത്രമായിരുന്നു. അത്തരം വർണ്ണപാളികൾ പൊളിഞ്ഞുപോകുന്നതിനാൽ ആ പരീക്ഷണം വിജയിച്ചില്ല.

കാർബണിന് പകരം നിറമില്ലാത്ത സിലിക്ക ഉപയോഗിച്ച് ആവശ്യമായ ഉറപ്പ് റബ്ബറിന് നൽകാമെന്ന കണ്ടെത്തൽ വിജയിച്ചത് ഈ അടുത്തകാലത്താണ്. ഇതുമൂലം ആവശ്യമായ നിറങ്ങൾ ചേർത്ത് ഉറപ്പുള്ള ടയർ നിർമ്മിക്കാമെന്ന് വന്നു. എങ്കിലും വിപണിയിൽ ആവശ്യക്കാരുള്ളത് കറുത്ത ടയറിനു തന്നെയാണ് ഇത്തരം ടയറിനാണ് വിശ്വാസ്യത കൂടുതൽ എന്നാണ് ടയർ ഉപഭോക്താക്കൾ കരുതുന്നത്.

മീനും – മണവും

മാർക്കറ്റിൽ മീൻവാങ്ങാൻ പോയാൽ മീനിന്റെ മണം അനുഭവിച്ചിട്ടുണ്ടാകുമല്ലോ? മീനിന് ഈ മണം എന്തുകൊണ്ടാണ്?

മീനുകൾക്ക് മണമില്ല എന്നതാണ് യാഥാർത്ഥ്യം. പിടിച്ച് കുറച്ച് സമയം കഴിയുമ്പോഴാണ് മീനിന് മണം വരുന്നത്. മീനിൽ കാണപ്പെടുന്ന സൂക്ഷ്മ ജീവികളുടെ പ്രവർത്തനഫലമായാണ് ഈ മണം ഉണ്ടാകുന്നത്. മത്സ്യത്തിൽ കാണപ്പെടുന്ന ഒരു അമിനോ ആസിഡാണ് ഗ്ലൈസിൻ. സൂക്ഷ്മ ജീവികൾ (ബാക്ടീരിയ) ഗ്ലൈസിനിനെ വിഘടിപ്പിച്ച് മീഥൈൽ അമീൻ എന്ന ഒരു തരം അമീൻ ആക്കി മാറ്റുന്നു. ഇതിന്റെ ഗന്ധമാണ് നമുക്ക് അനുഭവപ്പെടുന്നത്.

ഈ ഗന്ധം ഇല്ലാതാക്കാനുള്ള ഒരു മാർഗ്ഗം മീൻ പാത്രത്തിൽ ഒരു ചെറുനാരങ്ങ കഷ്ണം വയ്ക്കുക എന്നതാണ്. ചെറുനാരങ്ങയിലുള്ള ആസിഡ് മീഥൈൽ അമീനുമായി പ്രവർത്തിച്ച് അമിനോ ലവണം ഉണ്ടാക്കുന്നു. ഇതു മൂലം മണം ഇല്ലാതാകുന്നു.

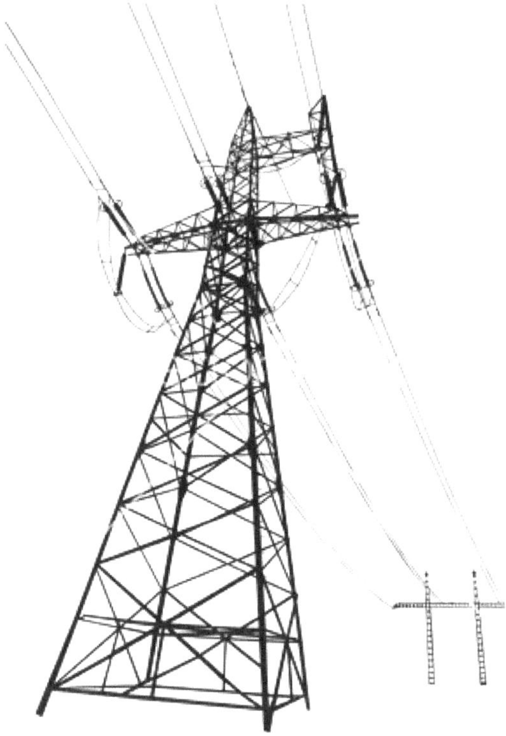

വൈദ്യുത ലൈനും- ശബ്ദവും

വലിയ ടവറുകൾവഴി ഉയരങ്ങളിലൂടെ കടന്നുപോകുന്ന വൈദ്യുത ലൈനുകൾ കണ്ടിട്ടില്ലെ? ഇവയിലൂടെ ഉയർന്ന പവറിലാണ് വൈദ്യുതി പ്രവഹിക്കുന്നത് എന്നറിയാമല്ലോ? 11000 വോൾട്ടിനും മുകളിലായി രിക്കും പലതിന്റെയും വോൾട്ടത.

മഴക്കാലങ്ങളിൽ ഇത്തരം ലൈനുകളിൽ നിന്ന് ഒരു മൂളൽ ശബ്ദം കേൾക്കാറുണ്ട്. ഇതിന്റെ പിന്നിലുള്ള ശാസ്ത്രം എന്താണെന്ന് നോക്കാം.

മഴ പെയ്യുമ്പോൾ ഇത്തരം ലൈനുകളിൽ ജലത്തുള്ളികൾ തങ്ങി നിൽക്കും. കമ്പിയിൽക്കൂടി കടന്നു പോകുന്ന വൈദ്യുതി AC രൂപത്തിലുള്ളതാണ്. ഇതിന്റെ ഫലമായി ജലത്തുള്ളികൾ കമ്പനം ചെയ്യുന്നു. ഈ കമ്പനത്തിന്റെ ഫലമായാണ് ശബ്ദം ഉണ്ടാവുന്നത്. ഏകദേശം 100 HZ ആവൃത്തിയുള്ള ശബ്ദമാണ് ഇത്തരത്തിൽ ഉണ്ടാവുന്നത്. ഇത് കമ്പിയിൽകൂടി കടന്നു പോകുന്ന വൈദ്യുതിയുടെ ആവൃത്തിയുടെ ഇരട്ടിയാണ്. വെള്ളം പറ്റിപ്പിടിക്കാത്ത ഏതെങ്കിലും പദാർത്ഥം ഉത്തരം ലൈനുകളിൽ പൂശുന്നത് ശബ്ദം ഇല്ലാതാക്കുന്നതിന് സഹായിക്കുന്നു.

വിരലും വിസിലും

ചില ആളുകൾ വായിൽ വിരൽ ഇട്ടു കൊണ്ട് വിസിൽ അടിക്കുന്നത് കണ്ടിട്ടില്ലേ? എങ്ങിനെയാണ് ഇപ്രകാരം ശക്തമായ ശബ്ദം ഉണ്ടാകുന്നത്. ഏത് രീതിയിലുള്ള ശബ്ദം ഉണ്ടാകണമെങ്കിലും ഏതെങ്കിലും വസ്തുക്കൾ കമ്പനം ചെയ്യേണ്ടതുണ്ട്. ഇവിടെ എപ്രകാരമാണ് ശബ്ദമുണ്ടാകുന്നതെന്നു നോക്കാം.

ഒരു അറയിൽ നിന്ന് ചെറിയ വിടവിലൂടെ ശക്തിയായി പുറത്തേക്ക് വായു പ്രവാഹം ഉണ്ടാവുകയാണെങ്കിൽ ശബ്ദമുണ്ടാകും (പ്രഷർ കുക്കറിൽ നിന്ന് നീരാവി പുറംതള്ളപ്പെടുമ്പോൾ ഉണ്ടാകുന്ന ശബ്ദം കേട്ടിട്ടില്ലേ)

ഇവിടെ വായയിൽ നിന്നും ശക്തിയായി വായു ചെറിയ വിടവിലൂടെ പുറം തള്ളുമ്പോഴാണ് ശബ്ദം ഉണ്ടാകുന്നത്. ഈ വിടവിന്റെ ആകൃതി വലിപ്പം എന്നിവ ക്രമീകരിക്കുവാനാണ് വിരൽ ഉപയോഗിക്കുന്നത്. ഇപ്രകാരം ഒരു നിശ്ചിത വിടവുണ്ടാക്കി, ശക്തിയായി വായുവിനെ പുറം തള്ളുമ്പോൾ വായു ധ്രുതഗതിയിൽ കമ്പനം ചെയ്യുന്നു. ഇതൊടൊപ്പം വിരലും വായയിലെ ഭാഗങ്ങളും കമ്പനം ചെയ്യുകയും ഉയർന്ന ആവൃത്തിയുള്ള ശക്തിയായ ശബ്ദം ഉണ്ടാവുകയും ചെയ്യുന്നു.

ഗിറ്റാറും... ദ്വാരവും

ഗിറ്റാറിന്റെ ഉപരിതലത്തിൽ ഒരു ദ്വാരം ഉള്ളതായി കണ്ടിരിക്കുമല്ലോ? (ഗിറ്റാറിൽ മാത്രമല്ല. കമ്പി വാദ്യങ്ങളിലെല്ലാം ഇത്തരം ദ്വാരങ്ങൾ ഉണ്ടാവും) ഇതുകൊണ്ടുള്ള പ്രയോജനം എന്താണ്.?

ഗിറ്റാറിന്റെ പ്രധാനഭാഗങ്ങൾ വലിച്ചുകെട്ടിയ കമ്പികളും മരം കൊണ്ടുണ്ടാക്കിയ പ്രത്യേക ആകൃതിയുള്ള ഒരു പെട്ടിയുമാണ്. ഇവിടെ കമ്പിമീട്ടുമ്പോൾ അത് കമ്പനം ചെയ്യുന്നു. അപ്പോഴുണ്ടാകുന്ന ശബ്ദ തരംഗങ്ങൾ ഈ ദ്വാരത്തിലൂടെ കടന്ന് പെട്ടിയിലുള്ള വായുവിനെയും പെട്ടിയെ ആകമാനവും കമ്പനും ചെയ്യിക്കുകയും ശബ്ദത്തിന്റെ അളവ് വർദ്ധിപ്പിക്കുകയും ചെയ്യുന്നു. (ഇത് ഒരു ആംപ്ലിഫയറായി പ്രവർത്തിക്കുന്നു.) ഇപ്രകാരം ഗിറ്റാറിൽ നിന്നും ഒരു പ്രത്യേക ഗുണം (timtre) ഉള്ള ശബ്ദം ഉണ്ടാവുന്നു. ആ ദ്വാരം അടച്ചുവെച്ച് ഗിറ്റാർ പ്രവർത്തിപ്പിച്ചാൽ ഉണ്ടാവുന്ന ശബ്ദം വ്യത്യസ്തമായിരിക്കും.

ഇലക്ട്രിക് ഗിറ്റാറിൽ ഇത്തരത്തിൽ ദ്വാരമുള്ള ഒരു സൗണ്ട് ബോക്സിന്റെ ആവശ്യമില്ല. ഇവിടെ കമ്പിയുടെ കമ്പനം പിടിച്ചെടുത്ത് ഒരു ആംപ്ലിഫയറിലേക്ക് കൊടുത്ത് ശക്തിപ്പെടുത്തുകയാണ് ചെയ്യുന്നത്.

ശബ്ദത്തിന്റെ അളവ്

ശബ്ദമലിനീകരണം കൂടുതലായി നടക്കുന്ന ഒരു കാലഘട്ടത്തിലാണ് നമ്മൾ ജീവിക്കുന്നത്. അനാവശ്യമായതും ശക്തിയുള്ളതുമായ ശബ്ദഘോഷങ്ങൾ മൂലമാണ് ഇത് സംഭവിക്കുന്നത്. ഇത്തരുണത്തിൽ വ്യത്യസ്ത ശബ്ദങ്ങളുടെ കാഠിന്യം എപ്രകാരമാണെന്ന് നോക്കുന്നത് നന്നായിരിക്കും.

ആവൃത്തി, തീവ്രത, ഉച്ചത എന്നിങ്ങനെ പല സവിശേഷഗുണങ്ങളും ശബ്ദത്തിനുണ്ട്. ഇതിൽ ഉച്ചത എന്നത് നമ്മുടെ കേൾവി അനുഭവമാണ്. ഓരോ ശബ്ദവും എപ്രകാരമുള്ള കാഠിന്യമാണ് നമ്മിലുണ്ടാക്കുന്നത് എന്നറിയണമെങ്കിൽ ശബ്ദത്തിന്റെ ഉച്ചത എത്രയാണെന്ന് മനസ്സിലാക്കണം ഉച്ചത അളക്കുന്ന യൂണിറ്റ് ഡെസിബെൽ (dB) ആണ്.

0 dB	മനുഷ്യന് അത്യാവശ്യം ഗ്രഹിക്കാൻ കഴിയുന്ന ശബ്ദം
20 dB	കുശുകുശുക്കൽ
50-60 dB	സാധാരണ സംഭാഷണം
70-75 dB	ചെറിയ ശബ്ദത്തിൽ പ്രവർത്തിക്കുന്ന റേഡിയോ
70-dB	ഓടുന്ന കാർ
95- dB	ഓടുന്ന ലോറി
105 dB	disco
115 dB	ഡ്രില്ലിന്റെ പ്രവർത്തനം
130 dB	ജറ്റ് എൻജിൻ
150 dB	വെടിയൊച്ച
200 dB	ഉഗ്രസ്ഫോടനം

* ശബ്ദ സ്രോതസ്സിന്റെ അടുത്ത് നിന്ന് ശ്രവിക്കുമ്പോഴുള്ള അളവാണ് കൊടുത്തിരിക്കുന്നത്. ശബ്ദ സ്രോതസിൽ നിന്ന് അകലും തോറും ഉച്ചത കുറഞ്ഞ് വരുന്നു.

ഉച്ചത 85 dB യിൽ കൂടുതലുണ്ടെങ്കിൽ ചെവിയ്ക്ക് സംരക്ഷണം നൽകുന്ന സംവിധാനങ്ങൾ ഉപയോഗിക്കേണ്ടതാണ്. 150dB യിലുള്ള ശബ്ദം ചെവിയിലെത്തിയാൽ സെക്കന്റിനുള്ളിൽ ബധിരതയാകും ഫലം.

വാച്ച് ഓട്ടോ മാറ്റിക് ആവുമ്പോൾ...

പലതരം വാച്ചുകൾ കണ്ടിരിക്കുമല്ലോ? ഇപ്പോൾ സർവസാധാരണമായിക്കാണുന്നത് ഇലക്ട്രോണിക് വാച്ചുകളാണ്. ഒരു ബാറ്ററിയിൽ നിന്നുള്ള വൈദ്യുതോർജ്ജം ഉപയോഗിച്ചാണ് ഇവ പ്രവർത്തിക്കുന്നത്. ചാവി കൊടുത്ത് പ്രവർത്തിക്കുന്ന വാച്ചുകളും ഉണ്ട്.

ഒരു സ്പ്രിംങ്ങ് മുറുകുകയും അതിൽ ശേഖരിക്കപ്പെടുന്ന പൊട്ടൻഷ്യൽ ഊർജ്ജം പ്രയോജനപ്പെടുത്തി വാച്ച് പ്രവർത്തിക്കുകയും ചെയ്യുന്നു. വാച്ച് പ്രവർത്തന രഹിതമാവുമ്പോൾ ബാറ്ററി മാറ്റുകയോ, ചാവി കൊടുക്കുകയോ ചെയ്താൽ ഇവ വീണ്ടും പ്രവർത്തന നിരതമാവും.

എന്നാൽ ബാറ്ററിയുടെയും ചാവികൊടുക്കലിന്റെയും ഒന്നും ആവശ്യമില്ലാതെ വെറുതെകയ്യിൽ കെട്ടിയാൽ മാത്രം പ്രവർത്തിക്കുന്ന വാച്ചുകളുമുണ്ട്. ഓട്ടോമാറ്റിക് വാച്ചുകൾ എന്നറിയപ്പെടുന്ന ഇവ പ്രവർത്തിക്കുന്നത് വൈൻഡ് ചെയ്യുന്ന (ചാവികൊടുക്കുന്ന) വാച്ചിന്റെ തത്വത്തിൽ തന്നെയാണ്.

ഇത്തരം വാച്ചുകളുടെ ഉള്ളിൽ അൽപം ഭാരമുള്ള ഒരു അർദ്ധചക്രം (Flywheel) ഒരു അക്ഷത്തിൽ ഘടിപ്പിച്ചിരിക്കും ഇതുമായി ബന്ധപ്പെട്ടുകൊണ്ട് ഒരു സ്പ്രിംഗും പൽചക്രവുമെല്ലാം ഉണ്ടായിരിക്കും. വാച്ച് കയ്യിൽ കെട്ടി ഇളകുമ്പോൾ ഈ ഫ്ളൈവീൽ അങ്ങോട്ടുമിങ്ങോട്ടും ചലിക്കുന്നു. ഈ ചലനം സ്പ്രിംഗിനെ മുറുക്കുകയും വാച്ച് വൈൻഡ് ചെയ്യപ്പെടുകയും ചെയ്യുന്നു.

മൈക്രോവേവ് അവനും... ലോഹവും

മൈക്രോവേവ് അവനിൽ ലോഹനിർമ്മിത വസ്തുക്കൾ ഉപയോഗിക്കാൻ പാടില്ല എന്നു പറയുന്നതെന്തുകൊണ്ടാണ്?

ഇത്തരം അടുപ്പുകളുടെ ഉൾവശത്ത് ഉത്പാദിപ്പിക്കപ്പെടുന്ന വൈദ്യുതകാന്തികതരംഗങ്ങൾ (മൈക്രോവേവ്) ഇവയുടെ വശങ്ങളിൽ തട്ടി പ്രതിപതിക്കുകയും അങ്ങനെ അടുപ്പിന്റെ ഉൾവശം മുഴുവൻ ശക്തിയേറിയ മൈക്രോ വേവ് ഫീൽഡിൽ വരികയും ചെയ്യുന്നു. ഭക്ഷണ പദാർത്ഥത്തിലെ ജല തന്മാത്രകൾ ഈ മൈക്രോവേവ് ഫീൽഡിന്റെ സ്വാധീനത്താൽ ധ്രുതഗതിയിൽ കമ്പനം ചെയ്യുന്നതിന്റെ ഫലമായി താപം ഉൽപാദിപ്പിക്കപ്പെടുകയും ഭക്ഷണ പദാർത്ഥം വേവുകയും ചെയ്യുന്നു.

ലോഹ സാമഗ്രികൾ വയ്ക്കുകയാണെങ്കിൽ ഇവ മൈക്രോവേവ് പ്രസരണത്തെ തടയുന്നു. മാത്രമല്ല ഇവയിലെ ഇലക്ട്രോണുകൾ മൈക്രോവേവ് വലയത്തിൽ ചലിക്കുകയും ഇലക്ട്രിക് ഡിസ്ചാർജിന്റെ ഫലമായി സ്പാർക്ക് ഉണ്ടാകുകയും ചെയ്യും. വളരെ ലോലമായ ലോഹ ആവരണങ്ങൾ ഉപയോഗിച്ചാൽ അവ പൂർണ്ണമായും ചൂടായി ബാഷ്പീകരിച്ചു പോകാനും സാധ്യതയുണ്ട്.

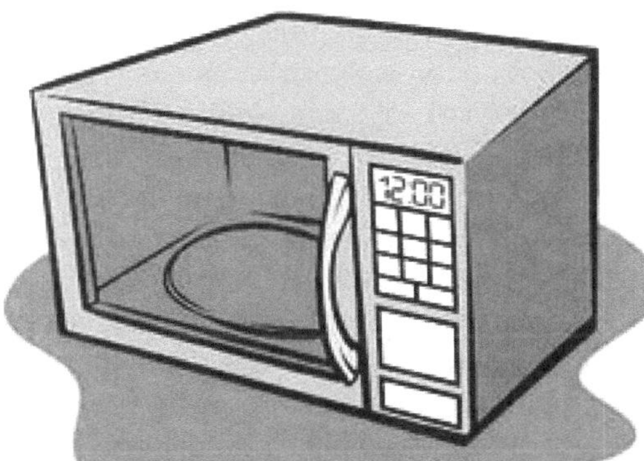

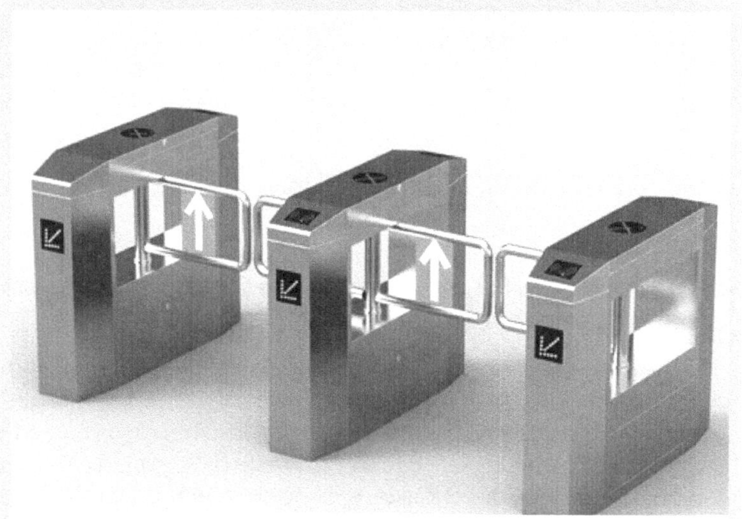

സുരക്ഷാ ലേബൽ

വലിയ ഷോപ്പുകളിലും മാളുകളിലും മറ്റും സാധനങ്ങളുടെ മോഷണം തടയാൻ വേണ്ടി ഉപയോഗിക്കുന്ന ഒരു സംവിധാനമാണ് സുരക്ഷാലേബൽ. ഇത് പ്രവർത്തിക്കുന്നതെങ്ങിനെയാണെന്ന് നോക്കാം.

ഉല്പന്നങ്ങളിലെവിടെയെങ്കിലും ഘടിപ്പിച്ചിരിക്കുന്ന പേപ്പർ അല്ലെങ്കിൽ പ്ലാസ്റ്റിക് ലേബലായിരിക്കും ഇത്. ഇതിനുള്ളിൽ കാന്തികസ്വഭാവമുള്ള വളരെ ചെറിയ ലോഹ നാടകൾ പ്രത്യേകരീതിയിൽ ക്രമീകരിച്ചിരിക്കും ഈ ഉൽപന്നവുമായി പുറത്തു കടക്കുകയാണെങ്കിൽ പുറമെ ക്രമീകരിച്ചിരിക്കുന്ന ഒരു ട്രാൻസ്മിറ്ററിൽ നിന്നും വരുന്ന റേഡിയോ സിഗ്നലുകൾക്കനുസരിച്ച് ഈ ലോഹനാടകൾ കമ്പനം ചെയ്യുകയും, ഒരു പ്രത്യേകതരം ആവൃത്തിയുള്ള വൈദ്യുതകാന്തിക സിഗ്നലുകൾ പുറപ്പെടുവിക്കുകയും ചെയ്യും. ഈ സിഗ്നലുകൾ പിടിച്ചെടുത്ത് ഒരു അലാറം പ്രവർത്തിപ്പിക്കുന്നു. ഇതുമൂലം മോഷണം നടന്നതായി ഷോപ്പുടമയ്ക്ക് വിവരം ലഭിക്കുന്നു. എന്നാൽ ബിൽ അടയ്ക്കുന്ന അവസരത്തിൽ ഈ ലേബൽ നീക്കം ചെയ്യുന്നതിനാൽ അലാറം ശബ്ദിക്കുന്നില്ല,

അപ്പക്കാരവും... മാവും

ഇഡ്ഡലി, ദോശ, റൊട്ടി എന്നിവയെല്ലാം വളരെ മൃദുത്വമുള്ള ആഹാരപദാർത്ഥങ്ങളാണല്ലോ? എങ്ങിനെയാണിവയ്ക്ക് മാർദ്ദവം വരുന്നത്.

രണ്ട് രീതിയിൽ നമ്മുക്ക് മാവിന് മാർദ്ദവം വരുത്താം. ഒന്ന് മാവിൽ അപ്പക്കാരം ചേർക്കുക എന്നതാണ്.

രണ്ട് യീസ്റ്റ് ചേർക്കുക എന്നതും. അപ്പക്കാരം എന്നത് സോഡിയം ബൈകാർബണേറ്റ് ആണ്. ഇത് ജലവും ആവശ്യത്തിന് താപവും ലഭിക്കുമ്പോൾ രാസപ്രവർത്തനം വഴി കാർബൺഡൈ ഓക്സൈഡ് ഉൽപാദിപ്പിക്കുന്നു. ഈ CO_2 മാവിനുള്ളിൽ കുമിളകളായി നിറയുന്നതിനാൽ മാവ് പൊങ്ങുകയും മൃദുത്വം വരുകയും ചെയ്യുന്നു. ഈ പ്രവർത്തനത്തിന് താപം ആവശ്യമായതിനാൽ മാവ് ചൂടാക്കുമ്പോൾ (പാകം ചെയ്യുമ്പോൾ) ആണ് ഇതിന് മൃദുത്വം വരുന്നത്.

എന്നാൽ യീസ്റ്റ് ചേർക്കുന്ന അവസരത്തിൽ ജലത്തിന്റെയും പഞ്ചസാരയുടെയും സാന്നിധ്യത്തിൽ യീസ്റ്റ് കാർബൺ ഡൈ ഓക്സൈഡ് ഉൽപാദിപ്പിക്കുന്നു. ഇതിന് കുറച്ച് സമയം ആവശ്യമായതിനാൽ പാചകത്തിന് കുറെ മുൻപ് തന്നെ യീസ്റ്റ് ചേർത്ത് വയ്ക്കേണ്ടതാണ്. ചൂടാക്കുമ്പോൾ യീസ്റ്റ്, ബാക്ടീരിയ എന്നിവ നശിക്കുന്നു.

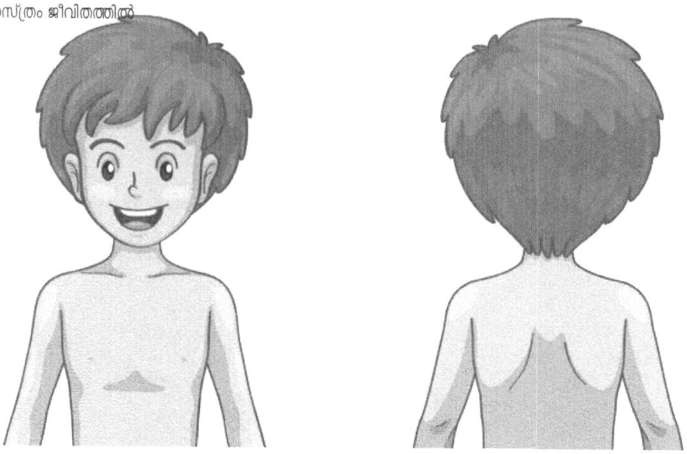

ശരീരത്തിലെ സൂക്ഷ്മ ജീവികൾ?

മനുഷ്യ ശരീരത്തിൽ അധിവസിക്കുന്ന സൂക്ഷ്മജീവികൾ എത്രയാണെന്ന് ഊഹിക്കാമോ? ഒരു മനുഷ്യശരീരം നിർമ്മിച്ചിരിക്കുന്നത് ഏകദേശം 100 ട്രില്യൻ (ഒന്നിന് ശേഷം 14 പൂജ്യങ്ങൾ ചേർത്താൽ കിട്ടുന്ന സംഖ്യ) കോശങ്ങൾ കൊണ്ടാണ്. ഇതിന്റെ ഏകദേശം 10 മടങ്ങ് സൂക്ഷ്മ ജീവികൾ ശരീരത്തിൽ പലയിടത്തായി വസിക്കുന്നുണ്ട്. കുടൽ, ത്വക്ക് എന്നിവിടങ്ങളിലും, വായ, മൂക്ക്, തൊണ്ട തുടങ്ങിയവയിലെ ശ്ലേഷ്മാവരണത്തിലും ജനനേന്ദ്രിയങ്ങളിലുമെല്ലാം സൂക്ഷ്മ ജീവികളിലേറിയ പങ്കും ബാക്ടീരിയകളാണ്. കുടലിലും തൊലിയിലും കാണപ്പെടുന്ന ബാക്ടീരിയകളിൽ ഏറെയും ഉപകാരികളായവയാണ്. ശരീരത്തിന്റെ ജീവൽ പ്രവർത്തനങ്ങൾ ശരിയായി നടത്താൻ സഹായിക്കുന്നവയാണിവ. രോഗപ്രതിരോധ ശക്തി നൽകുക. വിറ്റാമിനുകൾ ഉൽപാദിപ്പിക്കുക, ശരീരത്തിൽ പ്രവേശിക്കുന്ന രോഗകാരികളെ തടയുക, എന്നിവയെല്ലാം ഇവയുടെ പ്രവർത്തനത്തിൽ പെടുന്നു. സൂക്ഷ്മ ജീവികളുടെ സാന്ദ്രത ഏറ്റവും കൂടുതലായി കാണപ്പെടുന്നത് വൻ കുടലിലാണ്. 1 ഗ്രാം വൻകുടൽ ദ്രവ്യത്തിൽ ഏകദേശം 100 ബില്യൺ ബാക്ടീരിയ ഉള്ളതായി കണ്ടെത്തിയിട്ടുണ്ട്. തൊലിയിലാണെങ്കിൽ ഒരു ചതുരശ്ര സെന്റീമിറ്ററിൽ 1000 മുതൽ 10,000 വരെയും ബാക്ടീരിയകൾ കാണപ്പെടാം. ഇത് അന്തരീക്ഷ ആർദ്രതയെ അനുസരിച്ച് വ്യത്യാസപ്പെടുന്നുമുണ്ട്. ശരാശരി 10 ബില്യൺ ബാക്ടീരിയയാണ് ആരോഗ്യവാനായ ഒരാളുടെ തൊലിയിൽ ആകെ കാണപ്പെടുന്നത്. വായിലാണെങ്കിൽ ബാക്ടീരിയക്ക് പുറമെ അനവധി പ്രോട്ടോസോവാ, ഫ്ളജല്ല, യീസ്റ്റ് തുടങ്ങിയ സൂക്ഷ്മ ജീവികളും കാണപ്പെടുന്നുണ്ട്. പല്ലുകൾക്കിടയിലും മോണയിലും ശ്ലേഷ്മാവരണത്തിലുമെല്ലാം ഇവയുടെ സാന്നിധ്യം ഉണ്ട്. ഇനിയും തിരിച്ചറിയപ്പെട്ടിട്ടില്ലാത്തവയും ഇക്കൂട്ടത്തിൽപെടുന്നു. വായ്നാറ്റം, വിയർപ്പുഗന്ധം എന്നിവയ്ക്കു പ്രധാന കാരണം ഇത്തരം സൂക്ഷ്മജീവികളുടെ പ്രവർത്തന ഫലമായുണ്ടാകുന്ന പദാർത്ഥങ്ങളാണ്.

ബാക്ടീരിയയും... സോപ്പും...

ഭക്ഷണത്തിനു മുൻപും ശേഷവും സോപ്പിട്ടു കൈകഴുകണമെന്ന് ഡോക്ടർമാർ നിഷ്കർഷിക്കാറുണ്ടല്ലോ? ഇങ്ങനെ ചെയ്യുന്നതു കൊണ്ടുള്ള ഗുണമെന്താണ്?

സോപ്പും വെള്ളവും ഉപയോഗിച്ച് കൈകഴുകിയാൽ കയ്യിൽ ഉള്ള ബാക്ടീരിയകൾ ചാവുന്നില്ല. എന്നാൽ അഴുക്കിനോടൊപ്പം അവ നീക്കം ചെയ്യപ്പെടുന്നുണ്ട്.

ടോയ്ലെറ്റിൽ പോകുന്ന അവസരത്തിൽ, മൽസ്യമാംസാദികൾ കൈകാര്യം ചെയ്യുമ്പോൾ, ഓമനമൃഗങ്ങളുമായി ഇടപഴകുമ്പോൾ എല്ലാം രോഗകാരികളായ ബാക്ടീരിയകൾ ശരീരത്തിൽ പ്രത്യേകിച്ച് കയ്യിൽ എത്തപ്പെടുന്നു. ഇവിടെനിന്നും വായ, മൂക്ക്, കണ്ണ് എന്നിവിടങ്ങളിലേക്ക് ഈ രോഗകാരികൾ സംക്രമിക്കാനുള്ള സാധ്യത ഉണ്ടാകുന്നു. ഇതുമൂലം അസുഖങ്ങൾ പ്രത്യേകിച്ച് വയറിളക്കം പോലുള്ളവ പിടിപെടുന്നു. ഈ സാധ്യത പരമാവധി കുറയ്ക്കുവാനാണ് സോപ്പുപയോഗിച്ച് കൈകഴുകുവാൻ നിർദ്ദേശിക്കുന്നത്.

ശരീര ഗന്ധം...

വിയർപ്പ് ഗന്ധം അനുഭവപ്പെടാത്തവരായി ആരുമുണ്ടാവില്ല. അമിത വിയർപ്പി ല്ലെങ്കിലും ഓരോ വ്യക്തിക്കും ഓരോ പ്രത്യേക ശരീരഗന്ധം ഉണ്ടാവാറുണ്ട്. എന്തുകൊണ്ടാണിങ്ങനെ ശരീരത്തിന് ഒരു പ്രത്യേക ഗന്ധം അനുഭവപ്പെടുന്നത്.

കഠിനമായ ശരീരിക വ്യായാമമില്ലെങ്കിലും മനുഷ്യന്റെ വിയർപ്പ് ഗ്രന്ഥികൾ ഒരു ദിവസം ഏകദേശം ഒരു ലിറ്ററോളം വിയർപ്പ് പുറം തള്ളുന്നുണ്ട്. ലവണങ്ങൾ, പ്രോട്ടീൻ, അമിനോ അമ്ലങ്ങൾ, യൂറിയ തുടങ്ങിയവ ജലത്തിൽ ലയിച്ചുണ്ടാകുന്ന ഒരു ലായനിയാണ് വിയർപ്പ്. കൂടാതെ ത്വക്കിലുള്ള സ്നേഹ ഗ്രന്ഥികൾ പുറം തള്ളുന്ന കൊഴുപ്പ് പദാർത്ഥങ്ങളും വിയർപ്പിലടങ്ങിയിരിക്കുന്നു. എന്നാൽ ഇവയ്ക്കൊന്നും ഒരു പ്രത്യേക ഗന്ധം ഇല്ല. ഈ പദാർത്ഥങ്ങളെ ഉപയോഗപ്പെടുത്തി തൊലിയിൽ അധിവസിക്കുന്ന ബാക്ടീരിയകളുടെ പ്രവർത്തന ഫലമായാണ് ഗന്ധം ഉണ്ടാകുന്നത്. ഇവ കൊഴുപ്പിനെ ബ്യൂട്ടൈറിക് ആഡിസും മറ്റു ഘടകങ്ങളുമായി വിഘടിപ്പിക്കുമ്പോൾ ഉണ്ടാകുന്ന ഉൽപന്നങ്ങളാണ് പ്രത്യേക തരം ഗന്ധം ഉണ്ടാക്കുന്നത്. എന്നാൽ എല്ലാ വ്യക്തികൾക്കും ഒരേ ഗന്ധമല്ല ഉണ്ടാവുക. ഇതിനുകാരണം ഓരോ വ്യക്തികളുടെയും ഹോർമോൺ അനുപാതം, ആരോഗ്യസ്ഥിതി, പോഷക ലഭ്യത, മാനസികാവസ്ഥ എന്നിവ വ്യത്യസ്തമായിരിക്കും എന്നതാണ്. ഇത്തരം വ്യത്യസ്തതകൾ ശരീര ഗന്ധത്തിൽ മാറ്റം വരുത്തുന്നു.

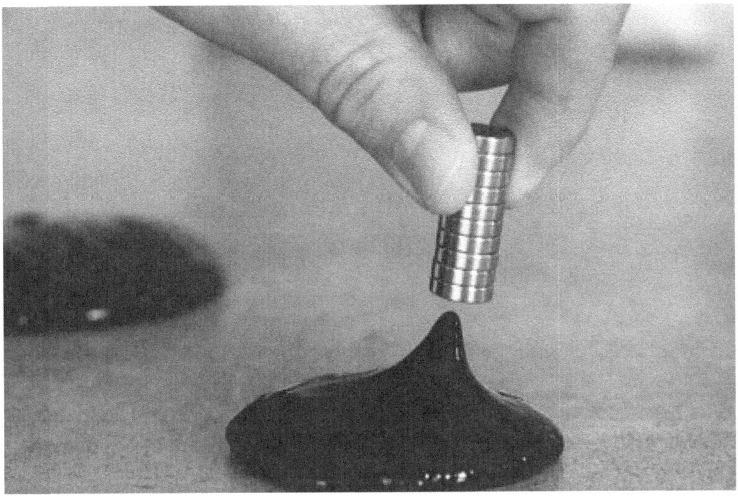

ദ്രാവക കാന്തം

കാന്തം കാണാത്തവരും ഉപയോഗിക്കാത്തവരും കുറവായിരിക്കും. നമുക്ക് പരിചിതമായ കാന്തം ഖരാവസ്ഥയിലുള്ളതാണല്ലോ? ബാർ കാന്തമായാലും. സ്പീക്കറിലുള്ള വൃത്താകൃതിയിലുള്ള കാന്തമായാലും എല്ലാം ഖരാവസ്ഥയിലാണ്. എന്നാൽ ദ്രാവാവസ്ഥയിലുള്ള കാന്തത്തെ കുറിച്ച് കേട്ടിട്ടുണ്ടോ? എന്താണിവയുടെ പ്രത്യേകത?

സാധാരണ ഗതിയിൽ ഉരുക്ക്, അൽനിക്കോ തുടങ്ങിയ ലോഹമോ ലോഹസങ്കരമോ ആണ് കാന്തമുണ്ടാക്കാൻ ഉപയോഗിക്കുന്നത്. കാന്തവൽക്കരിക്കുമ്പോൾ ഇവയുടെ ആറ്റങ്ങൾ ഒരു പ്രത്യേക രീതിയിൽ ക്രമീകരിക്കപ്പെടുന്നു. ഈ ക്രമം തെറ്റുമ്പോൾ അവയുടെ കാന്തശക്തിയും നഷ്ടപ്പെടുന്നു. ചൂടാക്കുക, തറയിൽ വീഴുക എന്നിവ സംഭവിക്കുമ്പോൾ തന്മാത്രകളുടെ ക്രമീകരണം മാറുകയും അവ ക്രമരഹിതമായിത്തീരുകയും ചെയ്യുന്നു. ഇതിനാൽ ഒരു കാന്തത്തെ ഉരുക്കി ദ്രാവകരൂപത്തിലുള്ള കാന്തമാക്കുവാൻ കഴിയുകയില്ല.

വളരെ സൂക്ഷ്മമായ തരികളാക്കിയ അയൺ ഓക്സൈഡ് പോലുള്ള ഫെറോമാഗ്നറ്റിക് പദാർത്ഥങ്ങൾ ജലത്തിലോ എണ്ണയിലോ ചേർത്ത മിശ്രിതമാണ് ദ്രാവകകാന്തമായി രൂപപ്പെടുത്തുന്നത്. ഈ കണികകളുടെ വലിപ്പം വളരെ ചെറുതായതിനാൽ ഇവ ലായനിയിൽ അടിയുന്നില്ല അതുകൊണ്ടുതന്നെ ദ്രാവകം മൊത്തത്തിൽ കാന്തവൽക്കരിക്കാൻ കഴിയുന്നു. കാൻസർ ചികിത്സയിലും മറ്റും ഇത്തരം ദ്രാവകകാന്തങ്ങൾ ഉപയോഗിക്കുന്നുണ്ട്. ട്യൂമർ കലകളിൽ ഇത്തരം ദ്രാവക കാന്തങ്ങൾ നിക്ഷേപിക്കുകയും അവയുടെ ധ്രുവത ദ്രുതഗതിയിൽ മാറ്റം വരുത്തുകയും ചെയ്യുന്നതിന്റെ ഫലമായി താപം ഉൽപാദിപ്പിക്കപ്പെടുകയും രോഗകലകളെ നശിപ്പിക്കുകയും ചെയ്യുന്നു.

മരങ്ങളും കാറ്റും

ശക്തമായ കാറ്റിൽ മരങ്ങൾ കടപുഴകി വീഴുന്ന സംഭവങ്ങൾ നമ്മൾ സാധാരണ കേൾക്കാറുണ്ടല്ലോ? എന്നാൽ മിക്കമരങ്ങളും കാറ്റിനെ അതിജീവിക്കുന്നവയാണ് ഇങ്ങനെ കാറ്റിനെ അതിജീവിക്കാൻ മരങ്ങൾക്ക് കഴിയുന്നതെന്തുകൊണ്ടാണ്?

വളരെ വ്യക്തമായി കാണാൻ കഴിയുന്ന ഒരു കാര്യമാണ്, കാറ്റടിക്കുമ്പോൾ മരങ്ങൾ വളയുന്നു എന്നത്. ഈ വളയൽ കാരണമാണ് ഇവ കാറ്റിന്റെ നശീകരണ ശക്തിയിൽ നിന്ന് രക്ഷപ്പെടുന്നത്. ഇങ്ങനെ വളയുന്നതുമൂലം കാറ്റിനെ പ്രതിരോധിക്കാൻ ചെലുത്തേണ്ട ബലത്തിൽ കുറവുണ്ടാകുന്നു.

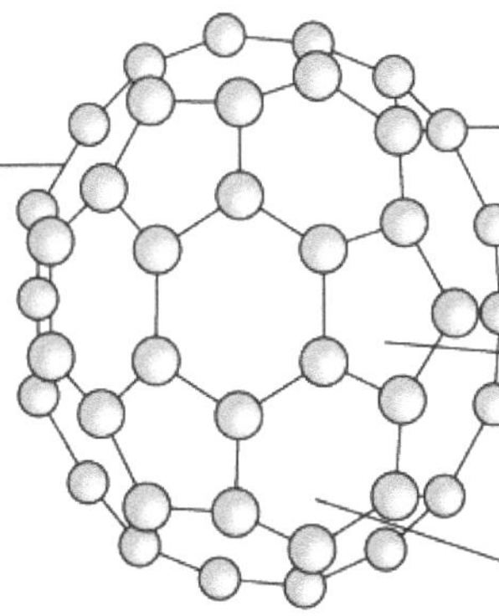

വജ്രത്തേക്കാൾ കാഠിന്യം

പ്രകൃതിദത്തമായ ഏറ്റവും കാഠിന്യമുള്ള പദാർത്ഥമാണല്ലോ വജ്രം. കാർബൺ ആറ്റങ്ങൾ പ്രത്യേകരീതിയിൽ ക്രമീകരിക്കപ്പെട്ടാണ് വജ്രം രൂപപ്പെടുന്നത്. എന്നാൽ വജ്രത്തേക്കാൾ കാഠിന്യമുള്ള സിന്തറ്റിക് പദാർത്ഥങ്ങൾ കാർബൺ ഉപയോഗിച്ചു തന്നെ നിർമ്മിക്കപ്പെട്ടിട്ടുണ്ട്. ബക്കി ബാളുകൾ (Buckyballs) എന്നറിയപ്പെടുന്ന കാർബൺ തന്മാത്രകൾ (C_{60}) ഉപയോഗിച്ചാണ് ഇവ നിർമ്മിക്കുന്നത്.

ഒരു ഫുട്ബോൾ ആകൃതിയിൽ ക്രമീകരിക്കപ്പെട്ടിട്ടുള്ള ഇതിലെ ആറ്റങ്ങൾ വളരെ വളരെ അടുത്തടുത്തായി നിൽക്കുന്നതിനാൽ സാന്ദ്രത വളരെ കൂടുതലായിരിക്കും. എന്നാൽ സാധാരണ മർദ്ദത്തിൽ ഇവ ഒരു പെൻസിൽ ലെഡ് (ഗ്രാഫൈറ്റ്) പോലെ മാർദ്ദവമുള്ളതുമാണ്.

ഉന്നത താപനിലയിലും മർദ്ദത്തിലും വിധേയമാക്കുമ്പോൾ ഇവ ദണ്ഡുകൾപോലെയാവുകയും കാഠിന്യമുള്ള പദാർത്ഥങ്ങളായി മാറുകയും ചെയ്യുന്നു. അന്തരീക്ഷമർദത്തിന്റെ ഏകദേശം 2 ലക്ഷം മടങ്ങിലധികം മർദ്ദം പ്രയോഗിച്ചാൽ മാത്രമേ ഇത്തരം കാഠിന്യം കൈവരികയുള്ളൂ.

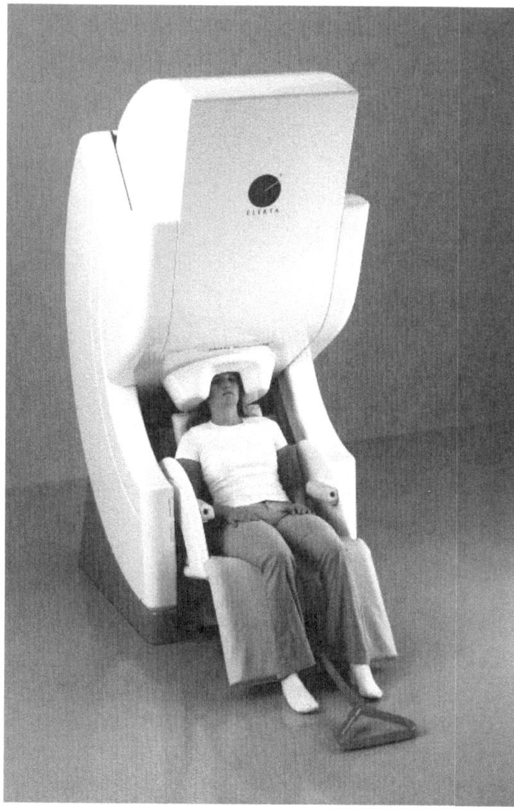

MEG

ശരീരത്തിലെ വൈദ്യുതി

മനുഷ്യ ശരീരത്തിലെ ചില ഭാഗങ്ങളിൽ നിന്നും വൈദ്യുത സിഗ്ന ലുകൾ ഉണ്ടാകുന്നുണ്ട്. പ്രധാനമായും ഹൃദയം തലച്ചോർ എന്നീ ഭാഗ ങ്ങളിൽ നിന്നാണ് വൈദ്യുത സിഗ്നലുകൾ ഉണ്ടാവുന്നത്. ഹൃദയത്തിൽ നിന്നും ലഭിക്കുന്ന സിഗ്നലുകളെ മനസിലാക്കാൻ ECG (ഇലക്ട്രോ കാർഡിയോ ഗ്രാം) എന്ന ഉപകരണമാണ് ഉപയോഗിക്കുന്നത്. ഇതേ പോലെ തലച്ചോറിലെ വൈദ്യുത സിഗ്നലുകളെ മനസിലാക്കാൻ EEG (ഇലക്ട്രോ എൻസഫലോ ഗ്രാം) എന്ന ഉപകരണം ഉപയോഗിക്കുന്നു. ഈ സിഗ്നലുകൾ വിശകലനം ചെയ്ത് തലച്ചോറിന്റെ പ്രവർത്തന വ്യതിയാനങ്ങൾ കണ്ടുപിടിക്കാവുന്നതാണ് EEG യേക്കാൾ മെച്ചപ്പെട്ട ഒരു സാങ്കേതിക വിദ്യയാണ് MEG (മാഗ് നെറ്റോ എൻസഫലോ ഗ്രാഫി) ഇതുപയോഗിച്ച്, നാഡീകോശങ്ങളുടെ പ്രവർത്തനം കൂടുതൽ ആഴ ത്തിൽ കൃത്യമായി മനസിലാക്കാൻ സാധിക്കും.

പനിയളക്കാം സ്പർശിക്കാതെ....

ശരീര താപനില മനസിലാക്കാൻ ക്ലിനിക്കൽ തെർമോമീറ്ററാണ് ഉപയോഗിക്കാറ്. ക്ലിനിക്കൽ തെർമോമീറ്ററിലെ രസനിരപ്പ് താപനിലയ്ക്കനുസരിച്ച് ഉയരുകയും അങ്ങിനെ താപനില അളക്കുകയും ചെയ്യാം.

എന്നാൽ ആധുനിക സാങ്കേതിക വിദ്യയുപയോഗിച്ച്, ശരീരത്തിൽ സ്പർശിക്കാതെ തന്നെ താപനില കണ്ടുപിടിക്കാവുന്നതാണ്. ഇൻഫ്രാറെഡ് കാമറകൾ ഉപയോഗിച്ച് ഇത് സാധ്യമാക്കാം. പദാർത്ഥങ്ങൾ അവയുടെ താപനിലയ്ക്കനുസരിച്ചുള്ള ഇൻഫ്രാറെഡ് വികിരണങ്ങൾ പുറത്തു വിടുന്നുണ്ട് ഈ വികിരണങ്ങൾ ശേഖരിക്കുകയും അവയെ ഇലക്ട്രിക് സിഗ്നലുകളായി മാറ്റി വിശകലനം ചെയ്തുമാണ് താപനില കണ്ടുപിടിക്കുന്നത്. 2003ൽ സാർസ് വൈറസ് പടർന്നു പിടിച്ച അവസരത്തിൽ, അന്താരാഷ്ട്ര വിമാനത്താവളങ്ങളിലും മറ്റും പനിബാധിതരെ കണ്ടെത്താൻ ഇത്തരം ക്യാമറകൾ ഉപയോഗിച്ചിരുന്നു. സിംഗപൂർ വിമാനത്താവളത്തിലാണ് ഇത്തരത്തിലൊന്ന് ആദ്യമായി ഉപയോഗിച്ചത്. ഒരു സെക്കന്റിൽ 30 ചിത്രങ്ങൾ പകർത്തുകയും പനിബാധിതരെ തിരിച്ചറിഞ്ഞ് അവരെ കൂടുതൽ നിരീക്ഷണത്തിന് വിധേയമാക്കുവാൻ സാധിക്കുകയും ചെയ്തു.

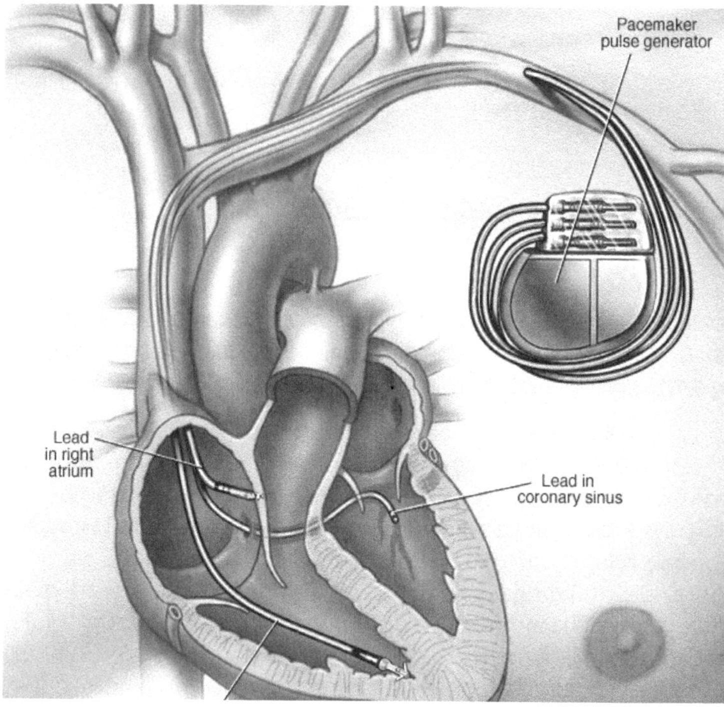

ഹൃദയവും പേയ്സ് മേക്കറും

ഹൃദയത്തിന്റെ മിടിപ്പ് നിയന്ത്രിക്കുന്നതിനുവേണ്ടി സഹായിക്കുന്ന ഒരു ഭാഗമാണല്ലോ പേസ്മേക്കർ. ഇതിന്റെ പ്രവർത്തന വൈകല്യം കാരണം ഹൃദയ പ്രവർത്തനങ്ങൾ താളം തെറ്റുന്നു. ഇത്തരം സന്ദർഭങ്ങളിൽ കൃത്രിമ പേസ്മേക്കർ വച്ചുപിടിപ്പിക്കാറുണ്ട്. എന്നാൽ ഇതിന്റെ പ്രവർത്തനത്തിനാവശ്യമായ ബാറ്ററിയുടെ ആയുസ് 8-10 വർഷമാണ് അതിനുശേഷം വീണ്ടും ഓപ്പറേഷനു വിധേയമായി ബാറ്ററി മാറ്റിവയ്ക്കേണ്ടി വരുന്നു..

എന്നാൽ ആധുനിക സങ്കേതിക വിദ്യ ഉപയോഗിച്ച് മാറ്റിവെയ്ക്കേണ്ട ആവശ്യമില്ലാത്ത ബാറ്ററികൾ കണ്ടുപിടിക്കപ്പെട്ടിട്ടുണ്ട്. തൊലിക്കടിയിൽ ഘടിപ്പിച്ചിരിക്കുന്ന ഒരു പ്രത്യേക സോളാർസെൽ സംവിധാനമാണ് ഇത്തരത്തിലൊന്ന്. ഇതിലേക്ക് ആവശ്യമായ സമയങ്ങളിൽ ഇൻഫ്രാറെഡ് ലേസർ പ്രകാശം പതിപ്പിച്ചാൽ ബാറ്ററി ചാർജ് ചെയ്യപ്പെടുന്നു. ശരീരത്തിലെ താപനില ഉപയോഗപ്പെടുത്തി പ്രവർത്തിക്കുന്ന തരം സംവിധാനങ്ങളാണ് മറ്റൊന്ന് (തെർമോ ഇലക്ട്രിക് സംവിധാനം) രക്തത്തിൽ നിന്നും രാസോർജ്ജം ഉപയോഗപ്പെടുത്തി വൈദ്യുതിയാക്കി മാറ്റാവുന്ന വളരെ ചെറിയ ബയോഫ്യൂവൽ സെൽ എന്ന സംവിധാനവും ഗവേഷണ ഘട്ടത്തിലുണ്ട്.

പല്ലും ലേസറും

കേടായതോ പോട് വീണതോ ആയ പല്ലുകൾ നീക്കം ചെയ്യാതെ സംരക്ഷിച്ചു നിർത്തുവാൻ ഇന്ന് സാധിക്കും. കേടായ പല്ലുകൾ തുരന്ന് അവയിലെ നാഡീ ഭാഗങ്ങളും മറ്റും നീക്കം ചെയ്തശേഷം ചില പദാർത്ഥങ്ങൾ കൊണ്ട് നിറച്ച് സംരക്ഷിക്കുകയാണ് ചെയ്യാറ്. ഇങ്ങനെ തുരക്കുന്ന അവസരത്തിൽ പുളിപ്പും വേദനയുമൊക്കെ അനുഭവപ്പെടാറുണ്ട്. ഈ പ്രശ്നം പരിഹരിക്കുവാനാണ് ലേസർ ഉപയോഗിക്കുന്നത്. LASER (Light amplification by stimulated emmission of radiation) പ്രകാശം വളരെ ശക്തിയേറിയ പ്രകാശധാരയാണ്. ഇത്തരത്തിലുള്ള ഇൻഫ്രാറെഡ് ലേസർ ചെറിയ ചെറിയ ഇടവേളകളിൽ പല്ലിന്റെ ഇനാമലിലേക്ക് പതിപ്പിച്ചാൽ അത് താപം കാരണം ഉരുകി ബാഷ്പീകരിക്കപ്പെടുന്നു. ഇത്തരത്തിൽ വളരെ നേർത്ത ഭാഗങ്ങളിലുള്ള കേടുകൾ പോലും നീക്കും ചെയ്യാൻ സാധിക്കുന്നു. വേദനയോ മറ്റു ഭാഗങ്ങൾക്ക് വിള്ളലോ, കേടുപാടുകളോ സംഭവിക്കാതെ ഇത് ചെയ്യാൻ സാധിക്കുന്നു. ഏറെ വൈദഗ്ദ്ധ്യവും സമയവും ആവശ്യമായ ഒരു പ്രവർത്തനമാണിത്.

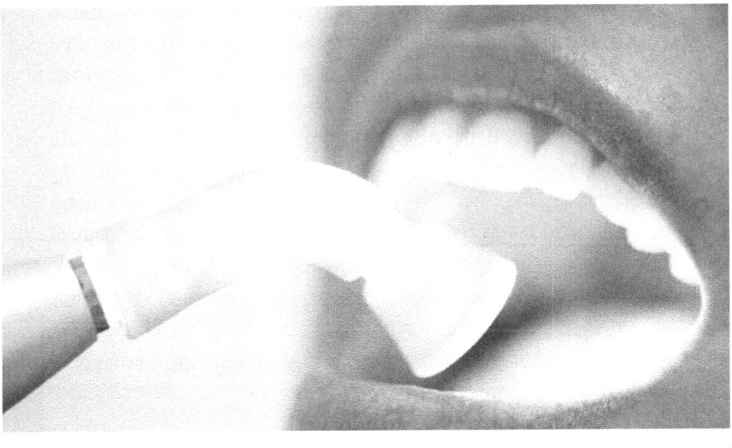

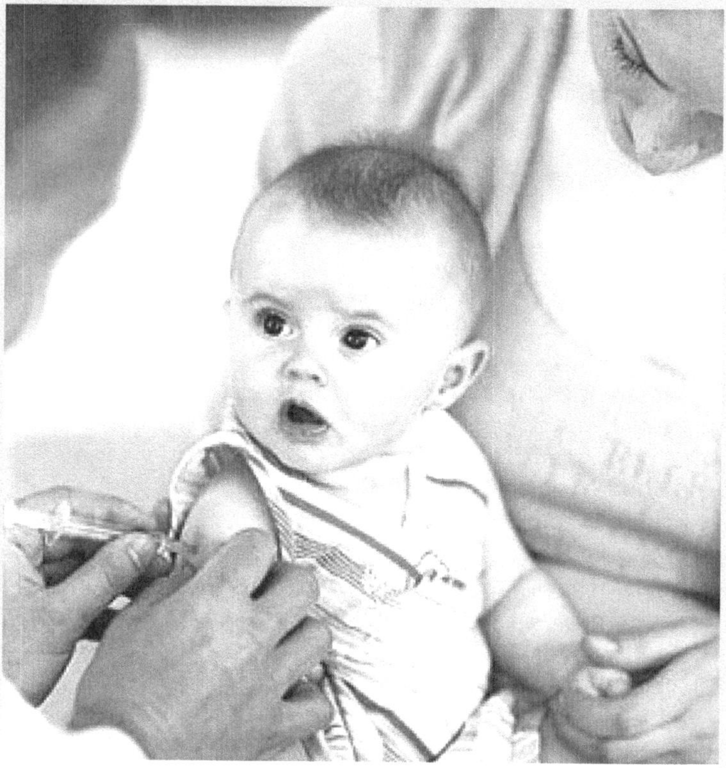

കുത്തിവെയ്പ്പും വേദനയും

ജീവിതത്തിൽ പലപ്രാവശ്യം കുത്തിവയ്പ്പെടുക്കുന്നവരാണ് നമ്മൾ. അപ്പോഴെല്ലാം വേദനയും അനുഭവപ്പെടാറുണ്ട്. സൂചിവയ്ക്കുന്നതിന് മുമ്പ് ഡോക്ടർമാർ കൈകൊണ്ട് ചെറുതായി അമർത്തി തിരുമ്മുകയോ പ്രഹരിക്കുകയോ ചെയ്യാറുണ്ട്, ഇത്തരത്തിൽ ചെയ്യുമ്പോൾ തൊലിയിലെ വേദനഗ്രാഹികൾ അസ്വസ്ഥമാകുന്നു. ഇതിനാൽ സൂചി വയ്ക്കുമ്പോൾ വേദന കുറയുന്നു. എന്നാൽ പുതിയതരം സൂചികളുടെ വരവോടെ തല്ലുന്ന ഈ ഏർപ്പാട് അനാവശ്യമായിത്തീരുന്നു. ഒരു മില്ലിമീറ്ററിന്റെ ആയിരത്തിലൊരംശം മാത്രം വണ്ണമുള്ള സൂചികൾ രംഗപ്രവേശം ചെയ്തു കഴിഞ്ഞു. ഇവ വേദനഗ്രാഹികളെ ഉദ്ദീപിപ്പിക്കാൻ പര്യാപ്തമല്ല. എന്നാൽ മരുന്നിന്റെ തന്മാത്രകളെ കടത്തിവിടാൻ കഴിയുന്നവയുമാണ്. പ്രത്യേകതരം ഗ്ലാസുകൾ, ലോഹങ്ങൾ, പ്ലാസ്റ്റിക് മുതലായവകൊണ്ടാണ് ഇത്തരം കുത്തിവയ്പ്പ് സൂചികൾ നിർമ്മിക്കുന്നത്.

ശസ്ത്രക്രിയ താക്കോൽ ദ്വാരമാകുമ്പോൾ

ഓപ്പറേഷൻ എന്നു കേൾക്കുമ്പോൾ തന്നെ പലർക്കും പേടിയാണ്. ശരീരത്തിൽ വലിയ മുറിവുണ്ടാക്കി ആന്തരാവയവങ്ങൾക്കുള്ള കേടുപാടുകൾ തീർത്തശേഷം മുറിവ് തുന്നിക്കെട്ടി പൂർണസുഖം പ്രാപിക്കുവാൻ ആഴ്ചകളോളം എടുക്കുന്ന അവസ്ഥ. വേദനയും ആശുപത്രിവാസവും ഒപ്പറേഷനെ പേടിയുള്ളതാക്കുന്നു.

ഇത്തരത്തിലുള്ള പല ഓപ്പറേഷനുകളും ഇന്ന് വേദനയില്ലാതെയും ആശുപത്രി വാസം കുറച്ചും ചെയ്യാവുന്നതാണ്. ലാപ്റോസ്കോപ്പിക്ക് സർജറി അഥവാ താക്കോൽദ്വാര ശസ്ത്രക്രിയ എന്നാണീതറിയപ്പെടുന്നത്.

തൊലിയിലെ പേശികൾക്കിടയിൽ വളരെ ചെറിയ ഒരു വിടവുണ്ടാക്കി, അതിലൂടെ ഒന്നിലധികം കേബിളുകൾ ശരീരത്തിലേക്ക് പ്രവേശിപ്പിക്കുന്നു. ഇതിലൂടെ ശസ്ത്രക്രിയ്ക്കാവശ്യമായ ചെറിയ ഉപകരണങ്ങൾ, ക്യാമറ, പ്രകാശ സ്രോതസ് എന്നിവ ഉള്ളിലേക്കെത്തിക്കുന്നു. കമ്പ്യൂട്ടർ സഹായത്തോടെ ആന്തരികാവയവങ്ങളുടെ ചിത്രം നേരിൽ കണ്ട് ഒപ്പറേഷൻ നടത്താൻ സാധിക്കുന്നു. ഇപ്രകാരമുണ്ടാവുന്ന മുറിവ് പെട്ടെന്ന് സുഖപ്പെടുന്നതാണ് എന്നതും വേദന കുറവായിരിക്കും എന്നതുമാണ് ഇതിന്റെ പ്രധാന നേട്ടം എല്ലാതരം ശസ്ത്രക്രിയകളും ഇപ്രകാരം ചെയ്യാൻ സാധ്യമല്ല..

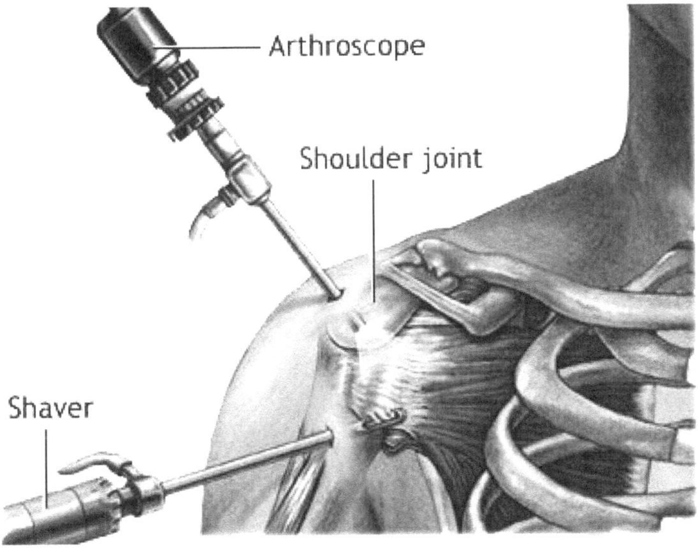

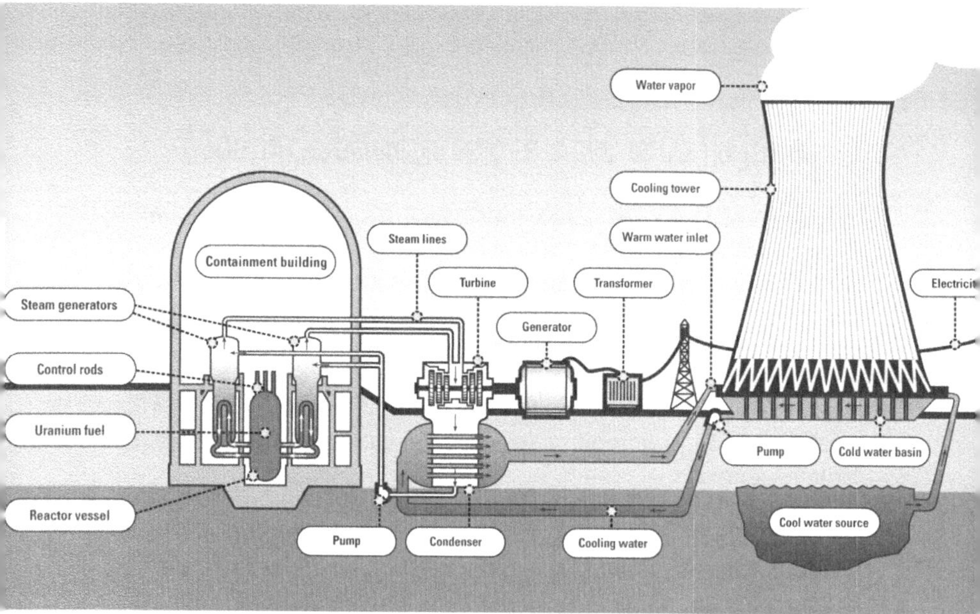

• *ന്യൂക്ലിയർ പവർസ്റ്റേഷൻ*

പവർ സ്റ്റേഷനുകളുടെ ക്ഷമത

വിതരണത്തിനുവേണ്ടി വൻ തോതിൽ വൈദ്യുതോർജ്ജം ഉല്പാദിപ്പിക്കുന്ന സ്ഥലങ്ങളാണ് പവർസ്റ്റേഷനുകൾ ലോകത്തെമ്പാടും പല രീതികൾ വൈദ്യുതോല്പാദനത്തിനായി അവലംബിക്കാറുണ്ട്. ജലവൈദ്യുത നിലയം, താപവൈദ്യുത നിലയം, ന്യൂക്ലിയർ പവർസ്റ്റേഷൻ, കാറ്റാടിപ്പാടം, സോളാർ പവർസ്റ്റേഷൻ തുടങ്ങിയവയാണ് ഏറ്റവും കൂടുതൽ പ്രചാരത്തിലുള്ളവ. പവർസ്റ്റേഷനുകളുടെ പ്രവർത്തനത്തിനു വേണ്ടി നൽകുന്ന ഊർജ്ജത്തിൽ എത്രമാത്രം ഊർജ്ജം വൈദ്യുതിയായി ലഭിക്കുന്നു എന്നതിന്റെ അളവാണ് ക്ഷമത എന്നത് കൊണ്ട് അർത്ഥമാക്കുന്നത്. ഏതാനും പവർസ്റ്റേഷനുകളുടെ ഏകദേശ ക്ഷമത താഴെകൊടുത്തിരിക്കുന്നു.

ജലവൈദ്യുത നിലയത്തിന്റെ ക്ഷമത	80–90%
കാറ്റാടിപ്പാടം	70–85%
തെർമൽ പവർസ്റ്റേഷൻ (പ്രകൃതി വാതകം ഉപയോഗിക്കുന്നത്)	55–60%
തെർമൽ പവർസ്റ്റേഷൻ (കൽക്കരി ഉപയോഗിക്കുന്നത്)	25–45%
ന്യൂക്ലിയർ പവർസ്റ്റേഷൻ	33%
സോളാർ പവർസ്റ്റേഷൻ	10–30%

ബാറ്ററിയും തണുപ്പും

ഒരു സാധാരണ ബാറ്ററിയിൽ വൈദ്യുതോല്പാദനം നടക്കുന്നത് രാസപ്രവർത്തന ഫലമായാണ്. രണ്ട് ലോഹ ഇലക്ട്രോഡുകൾ ഒരു ഇലക്ട്രോളൈറ്റിൽ താഴ്ത്തി വച്ചിരിക്കുന്ന സംവിധാനമാണ് സാധാരണ ഗതിയിലുള്ള സെൽ (അഥവാ ബാറ്ററി- ഒന്നിലധികം സെല്ലുകളുടെ ക്രമീകരണമാണ് ബാറ്ററി)

ഉദാഹരണമായി സിങ്ക് ഇലക്ട്രോഡും കോപ്പർ ഇലക്ട്രോഡും സൾഫ്യൂറിക് ആസിഡിൽ താഴ്ത്തിവച്ചിരിക്കുന്നു എന്ന് കരുതുക. രാസപ്രവർത്തനഫലമായിട്ടുണ്ടാകുന്ന ഇലക്ട്രോണുകളുടെ ആധിക്യം ഒരു ഇലക്ട്രോഡിൽ കൂടുതലും മറ്റതിൽ കുറവുമായിരിക്കും. രണ്ട് ഇലക്ട്രോഡുകളും തമ്മിൽ ഒരു സർകീട്ടുമായി ഘടിപ്പിച്ചാൽ അതിലൂടെ കറന്റ് (ഇലക്ട്രോണുകൾ) ഒഴുകുന്നു.

തണുപ്പ് കാലത്ത് എല്ലാ രാസപ്രവർത്തനങ്ങളുടെയും നിരക്ക് കുറയുന്നു. ഇതിനാൽ ബാറ്ററിയിൽ ഉൽപാദിപ്പിക്കപ്പെടുന്ന ഇലക്ട്രോണുകളുടെ എണ്ണത്തിലും കുറവുണ്ടാവുകയും ബാറ്ററിയുടെ പ്രവർത്തനം മന്ദീഭവിക്കുകയും ചെയ്യുന്നു.

പഴയകാലത്തുള്ള പല വാഹനങ്ങളും ഇപ്രകാരം തണുപ്പുകാലത്ത് സ്റ്റാർട്ട് ആക്കുവാൻ പ്രയാസമായിരുന്നു. ബാറ്ററി ചൂടാക്കിയാണ് ഈ പ്രശ്നം പരിഹരിച്ചിരുന്നത്. പുതിയ തരം ബാറ്ററികളിൽ പ്രത്യേകതരം പദാർത്ഥങ്ങൾ ഉപയോഗിച്ച് തണുപ്പിനെ ഒരു പരിധിവരെ പ്രതിരോധിക്കുന്നുണ്ട്. എങ്കിലും താപനില വളരെയേറെ താഴ്ന്നാൽ വാഹനം സ്റ്റാർട്ടാക്കാൻ പ്രയാസമാണ്.

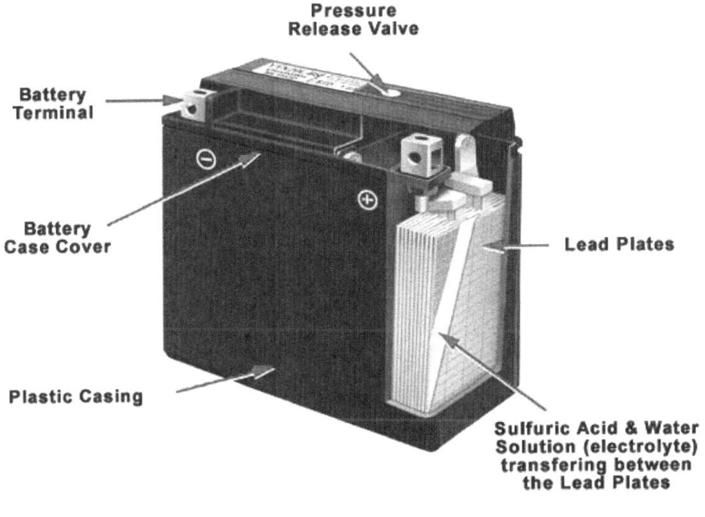

ബാറ്ററിയും റീചാർജിംഗും

ചാർജ് ചെയ്യാവുന്ന ബാറ്ററികൾ കണ്ടിരിക്കുമല്ലോ! ടോർച്ച്, മൊബൈൽ ഫോൺ, ലാപ്ടോപ്, എമർജൻസി ലൈറ്റ് തുടങ്ങിയ അനേകം ഉപകരണങ്ങളിൽ ഇത്തരത്തിലുള്ള ബാറ്ററിയാണ് ഉപയോഗിക്കാറ്.

എന്നാൽ എല്ലാ ബാറ്ററിയും ഇതു പോലെ ചാർജ് ചെയ്യുവാൻ കഴിയില്ല. എന്തു കൊണ്ടാണിത്?

സാധാരണ ബാറ്ററിയിൽ രാസപ്രവർത്തനം വഴിയാണ് വൈദ്യുതോല്പാദനം നടക്കുന്നത്. ഒരു നിശ്ചിത കാലം കഴിഞ്ഞാൽ ഈ രാസപ്രവർത്തനം നിലയ്ക്കുന്നു. അതോടെ ബാറ്ററിയിൽ നിന്നുള്ള വൈദ്യുതോല്പാദനവും അവസാനിയ്ക്കുന്നു. ബാറ്ററിയിൽ ശേഖരിക്കപെട്ടിട്ടുള്ള രാസോർജ്ജമാണ് വൈദ്യുതോർജമായി മാറുന്നത്. എന്നാൽ റീചാർജ് ചെയ്യാവുന്ന ബാറ്ററികളിൽ നടക്കുന്ന വൈദ്യുത-രാസപ്രവർത്തനം ഒരു ഉഭയദിശാപ്രവർത്തനമാണ്.

ഒരു സാധാരണ കാർ ബാറ്ററിയിൽ ലെഡും, ലെഡ് ഓക്സൈഡും നേർപ്പിച്ച സൾഫ്യൂറിക്കാസിഡ് വഴി ബന്ധിപ്പിച്ചിരിക്കുന്നു. ഇവ രാസപ്രവർത്തനത്തിലേർപ്പെട്ട് ലെഡ് സൾഫേറ്റും ജലവും ഉണ്ടാകുന്നു ഇതിന്റെ ഫലമായി പുറം സർക്യൂട്ടിലൂടെ കറന്റ് ഒഴുകുന്നു. എന്നാൽ ഈ രാസപ്രവർത്തനം വൈദ്യുത ചാർജ് കൊടുക്കുമ്പോൾ എതിർദിശയിൽ നടക്കുന്നു. ഇതുമൂലം വീണ്ടും രാസോർജ്ജം ബാറ്ററിയിൽ സംഭരിക്കപ്പെടുന്നു.

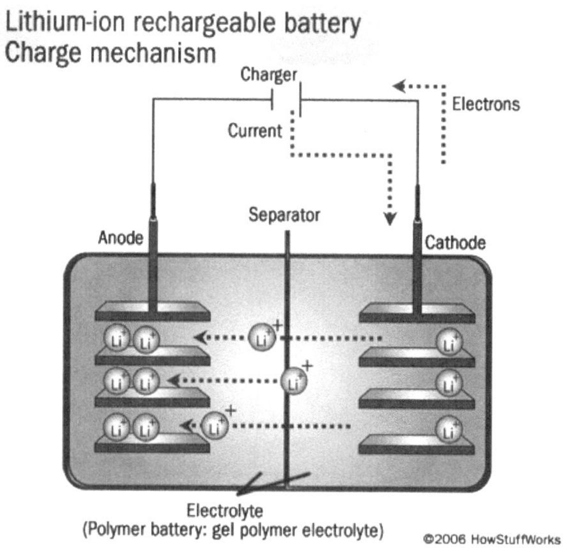

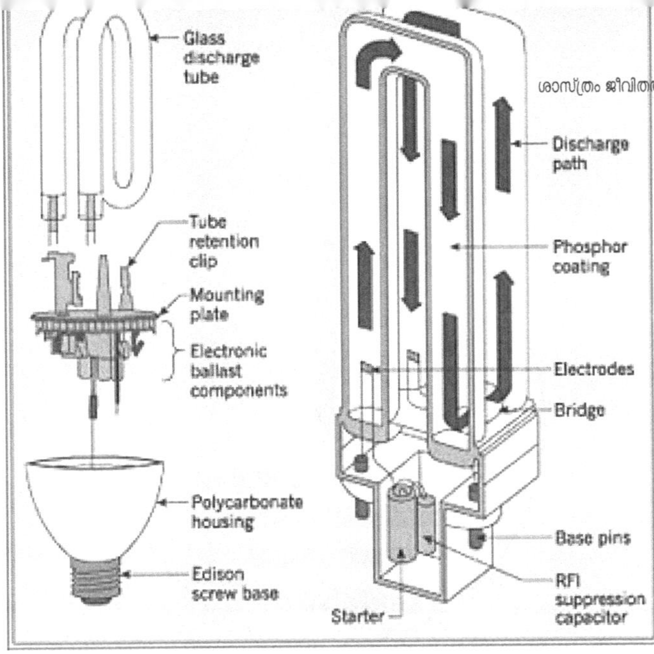

CFL ഉം വൈദ്യുത ലാഭവും

CFL കൾ എങ്ങിനെയാണ് വൈദ്യുതി ലാഭിക്കുന്നത് എന്ന് ചിന്തിച്ചിട്ടുണ്ടോ? സാധാരണ ഉപയോഗിച്ചു വന്നിരുന്ന ബൾബുകൾ വൈദ്യുത നഷ്ടം വരുത്തുന്നവയാണ്. ബൾബിലെ ഫിലമെന്റിലൂടെ വൈദ്യുതി പ്രവഹിക്കുമ്പോൾ അവ ചൂടാവുകയും അത്യുന്നത താപനിലയിൽ പ്രകാശം പൊഴിക്കുകയുമാണ് ചെയ്യുന്നത്. ഇതിനാൽ നല്കപ്പെടുന്ന വൈദ്യുതോർജ്ജത്തിന്റെ 80 ശതമാനത്തോളം താപരൂപത്തിൽ പാഴാവുന്നു. 20 ശതമാനം മാത്രമേ പ്രകാശോർജ്ജമായി തീരുന്നുള്ളൂ. ഇത് ഭീമമായ വൈദ്യുത നഷ്ടത്തിന് കാരണമാകുന്നു. എന്നാൽ CFL, ട്യൂബുകൾ എന്നിവ ഉപയോഗിക്കുമ്പോൾ താപം മൂലമല്ല പ്രകാശം ഉണ്ടാകുന്നത്. വൈദ്യുത ഡിസ്ചാർജ് നടക്കുമ്പോൾ അവയിൽ നിറച്ചിരിക്കുന്ന ചില വാതക തന്മാത്രകൾ അൾട്രാവയലറ്റ് വികിരണം പുറം തള്ളുകയും ട്യൂബിലെ ഫ്ളൂറസെന്റ് ആവരണം ഈ തരംഗത്തെ പ്രകാശമാക്കി മാറ്റുകയും ചെയ്യുന്നു. ഇതിനാൽ താപരൂപത്തിലുള്ള ഊർജ്ജനഷ്ടം വളരെ കുറവായിരിക്കും. ബൾബിനേക്കാൾ അഞ്ച് മടങ്ങ് ലാഭകരമാണ് ഇത്തരം ലാമ്പുകൾ. ഇവയേക്കാൾ വൈദ്യുതി ലാഭിക്കുന്ന ലാമ്പുകളാണ്. LED കൾ ബൾബിനേക്കാൾ പത്ത് മടങ്ങ് ലാഭകരമാണിവ. (ഉപയോഗപ്പെടുത്തുന്ന വൈദ്യുതോർജത്തിന്റെ കാര്യത്തിലാണ് ഇവ ലാഭകരം എന്നു പറയുന്നത്. ഇവയ്ക്ക് വേണ്ടി ചെലവാക്കുന്ന പണത്തിന്റെ കാര്യത്തിൽ ലാഭം കുറവാണ്.) ഇത്തരം ലാമ്പുകളുടെ അനുബന്ധ ഘടകങ്ങളിൽ വൈദ്യുതോർജ്ജം കുറഞ്ഞ അളവിൽ താപരൂപത്തിൽ നഷ്ടപ്പെടുന്നുണ്ട്. ഇത്തരം താപനഷ്ടം തീരെയില്ലാത്ത ലാമ്പുകൾക്കു വേണ്ടിയുള്ള ഗവേഷണത്തിലാണ് ശാസ്ത്രലോകം.

വൈദ്യുത ഉപകരണവും.... എർത്തും...

ചില വൈദ്യുത ഉപകരണങ്ങൾ എർത്ത് ചെയ്തിരിക്കുന്നത് കണ്ടിരിക്കുമല്ലോ? എന്തിനായിരിക്കും ഇങ്ങനെ ചെയ്യുന്നത്.

ഒരു വൈദ്യുത ഉപകരണം പ്രവർത്തിക്കുവാൻ അതിലേക്ക് രണ്ട് ലൈനുകൾ വരേണ്ടതുണ്ട്. ഒന്നു ഫേസ് മറ്റേത് ന്യൂട്രൽ. ബൾബ്, റേഡിയോ, ഫാൻ തുടങ്ങിയവയ്ക്കെല്ലാം ഇത്തരത്തിൽ രണ്ട് വയറുകൾ പുറത്തേയ്ക്ക് ഉണ്ടാവും. ഇവ ടു പിൻ പ്ലഗ് ഉപയോഗിച്ചാണ് പ്രവർത്തിപ്പിക്കുക. എന്നാൽ, മോട്ടോർ, മിക്സി, ഫ്രിഡ്ജ്, ഇസ്തിരിപ്പെട്ടി തുടങ്ങിയ ഉപകരണങ്ങളിൽ 3 പിൻ പ്ലഗ് ഉപയോഗിച്ചിരിക്കുന്നത് കാണാം. ഇത്തരം ഉപകരണങ്ങളിൽ ഫേസ്, ന്യൂട്രൽ എന്നിവയ്ക്കു പുറമെ പച്ചയോ മഞ്ഞയോ നിറത്തിലുള്ള വയർ ഉപയോഗിച്ച് ഒരു എർത്ത് പിൻ കൂടി ഘടിപ്പിച്ചിരിക്കുന്നു. വൈദ്യുതി ഉപകരണത്തിലേക്ക് പ്രവേശിക്കാനും സർക്കീട്ട് പൂർത്തിയാക്കാനും വേണ്ടിയാണ് ഫേസും ന്യൂട്രലും ഉപയോഗിക്കുന്നത്. എന്നാൽ ഉപകരണത്തിന്റെ ചട്ടക്കൂടുമായാണ് എർത്ത് വയർ ഘടിപ്പിക്കുന്നത്. ഏതെങ്കിലും സാഹചര്യത്തിൽ ഫേസ് വയർ ഉപകരണത്തിന്റെ ചട്ടക്കൂടുമായി സമ്പർക്കത്തിൽ വന്നാൽ ഉപകരണം പ്രവർത്തിപ്പിക്കുന്ന ആൾക്ക് ഷോക്കേൽക്കാൻ സാധ്യതയുണ്ട്. എന്നാൽ എർത്ത് ചെയ്തിട്ടുണ്ടെങ്കിൽ വൈദ്യുതി എർത്തിലേക്കൊഴുകുകയും ഫ്യൂസ് പോയി അപകടത്തിൽ നിന്ന് രക്ഷപ്പെടുകയും ചെയ്യും. ലോഹാവരണമുള്ള ഉപകരണങ്ങൾക്കാണ് 3 പിൻ പ്ലഗ് സാധാരണ ഉപയോഗിക്കാറുള്ളത്.

മൊബൈൽ ചാർജറും ത്രീപിൻ പ്ലഗും

ലോഹാവരണമുള്ള ഉപകരണങ്ങൾ പ്രവർത്തിപ്പിക്കുമ്പോൾ സുരക്ഷ ഉറപ്പുവരുത്താനാണ് സാധാരണ 3 പിൻ പ്ലഗ് ഉപയോഗിക്കുന്നത്. എന്നാൽ ചില മൊബൈൽ ചാർജറുകൾക്ക് ത്രി പിൻ പ്ലഗ് കാണാറുണ്ടല്ലോ? ഇതിന്റെ ഉപയോഗം എന്താണ്?

മൊബൈൽ ചാർജറുകളിൽ കാണുന്ന മൂന്നാമത്തെ പിൻ പ്ലാസ്റ്റിക് നിർമ്മിതമാണ്. കറന്റിന്റെ പ്രവാഹവുമായി ഇതിന് ബന്ധമില്ല. പിൻ സോക്കറ്റിൽ കൃത്യമായി കയറി നിൽക്കാൻ വേണ്ടിയാണ് ഇത് കൊടുത്തിരിക്കുന്നത്.

ഇപ്പോഴുള്ള മിക്ക പ്ലഗ് സോക്കറ്റുകളും സുരക്ഷാ ക്രമീകരണങ്ങളുള്ളതാണ്. പ്ലഗ് സോക്കറ്റുകൾ തുറന്നിരിക്കുന്നവയല്ല. ഉള്ളിൽ പ്ലാസ്റ്റിക് കൊണ്ടുള്ള ഒരാവരണം സോക്കറ്റുകൾക്കുണ്ടായിരിക്കും. കുട്ടികൾ ആണിയോ മറ്റോ സോക്കറ്റിൽ നിക്ഷേപിച്ചുണ്ടാക്കുന്ന അപകടം കുറയ്ക്കാനാണിങ്ങനെ ചെയ്യുന്നത്. ഇത്തരം സോക്കറ്റിൽ പിൻ കയറണമെങ്കിൽ എർത്ത് സോക്കറ്റിൽ ഒരു പിൻ കയറേണ്ടതുണ്ട്. ത്രീപിൻ പ്ലഗ് സംവിധാനം ഉപയോഗിച്ചാണ് ഇത് സാധ്യമാക്കുന്നത്. ഇത്തരം സോക്കറ്റിൽ പ്ലഗ് ഉറപ്പിക്കുന്നതിനുവേണ്ടിയാണ് മൊബൈൽ ചാർജറിൽ ത്രിപിൻ പ്ലഗ് ഉപയോഗിക്കുന്നത്.

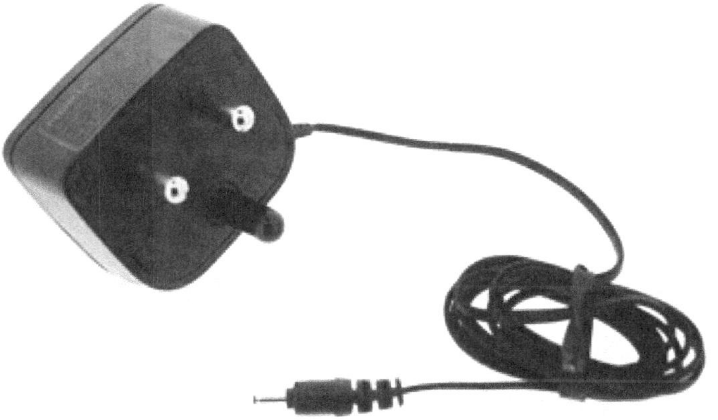

പാലും– ലാക്ടോ മീറ്ററും

പാലിന്റെ പരിശുദ്ധി അളക്കുന്ന ഉപകരണമാണ് ലാക്ടോമീറ്റർ. എങ്ങനെ യാണ് ലാക്ടോമീറ്റർ പാലിന്റെ പരിശുദ്ധി അളക്കുന്നത്?

ഒരോ ദ്രാവകത്തിനും ഒരു നിശ്ചിത സാന്ദ്രതയുണ്ട്. ഉദാഹരണമായി ജലത്തിന്റെ സാന്ദ്രത 1000 kg/m^3 ആണ്. അതായത് ഒരു മീറ്റർ വീതം നീളവും വീതിയും ഉയരവുമുള്ള ഒരു ടാങ്കിൽ കൊള്ളാവുന്ന ജലത്തിന് 1000 kg ഭാരം ഉണ്ടാകും. (താപനിലയും, ലയിച്ചു ചേർന്ന ഘടകങ്ങ ളുടെ സ്വഭാവവും മാറുന്നതിനനുസരിച്ച് ഇതിൽ ചെറിയ വ്യത്യാസങ്ങള ുണ്ടാവും) മറ്റു ദ്രാവകങ്ങളുടെ സാന്ദ്രത, ജലത്തിന്റെ സാന്ദ്രതയുമായി താരതമ്യം ചെയ്ത് എഴുതാറുണ്ട്. ഇതിനെ ആപേക്ഷിക സാന്ദ്രത എന്നാണ് പറയുക. ഇതു പ്രകാരം ജലത്തിന്റെ ആപേക്ഷിക സാന്ദ്രത 1 ആണ്. മണ്ണെണ്ണയുടേത് ഒന്നിൽ കുറവും ഉപ്പുവെള്ളത്തിന്റെത് ഒന്നിൽ കൂടുതലും ആയിരിക്കും.

ആപേക്ഷിക സാന്ദ്രത അളക്കുന്ന ഉപകരണമാണ് ഹൈഡ്രോമീ റ്റർ. ഒരു ഗ്ലാസ് കുഴലിന്റെ രണ്ടഗ്രവും അടച്ചതും ഒരു ഭാഗത്ത് ചെറിയ ഭാരം ഘടിപ്പിച്ചതുമായ ഒരു സംവിധാനമാണിത്. ഇത് ദ്രാവകത്തിൽ എത്രത്തോളം പൊങ്ങിയും താഴ്ന്നുമാണോ ഇരിക്കുന്നത് അതിന്റെ അടിസ്ഥാനത്തിലാണ് ആപേക്ഷികസാന്ദ്രത കണ്ടുപിടിക്കുന്നത്,

ഇത്തരത്തിലുള്ള ചെറിയ ഒരു സംവിധാനമാണ് ലാക്ടോമീറ്റർ.

ഇതുപയോഗിച്ച് പാലിന്റെ ആപേക്ഷിത സാന്ദ്രത കണ്ടുപിടിക്കുന്നു ഇപ്രകാരം പാലിൽ വെള്ളം ചേർത്തിട്ടുണ്ടോ എന്ന് കണ്ടെത്താൻ സാധിക്കുന്നു. ശുദ്ധമായ പാലിന്റെ ആപേക്ഷിക സാന്ദ്രത 1ൽ കൂടുത ലാണ്. ജലം ചേർക്കുമ്പോൾ പാലിന്റെ സാന്ദ്രതകുറയുന്നു.

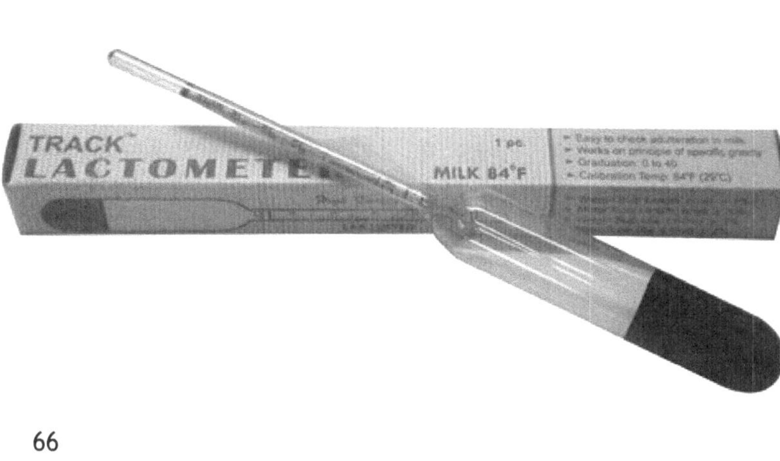

Thermal Night Vision Camera

രാത്രികാഴ്ചയും മനുഷ്യനും

ഇരുട്ടിൽ കാണാൻ കഴിയാത്തവരാണ് മനുഷ്യർ. എന്നാൽ പൂച്ച, പാമ്പ്, തുടങ്ങിയ ജീവികൾക്ക് രാത്രി കാഴ്ച ഉണ്ട്. പൂച്ചയ്ക്ക് പൂർണ്ണ മായ ഇരുട്ടിൽ കാഴ്ചയില്ല. അല്പമെങ്കിലും വെളിച്ചം ഉണ്ടെങ്കിലെ അവയ്ക്ക് രാത്രി കാഴ്ച ഉണ്ടാവുകയുള്ളു. ഈ ലഭ്യമായ വെളിച്ചത്തെ ഉപയോഗിച്ചാണ് അവ രാത്രിയിലും കാഴ്ച ഉള്ളവരായി തീരുന്നത്. അവയുടെ കണ്ണിലെ പ്രത്യേക കോശങ്ങളാണ് ഇത് സാധ്യമാക്കുന്നത്.

പാമ്പുകളാകട്ടെ അവയുടെ ഇരകളിൽ നിന്നും വരുന്ന താപവികി രണങ്ങൾ തിരിച്ചറിഞ്ഞാണ് ചുറ്റുപാടുകളെ മനസിലാക്കുന്നത്.

ഈ രണ്ട് മാർഗങ്ങളും ഉപകരണങ്ങളുടെ സഹായത്താൽ അനു കരിച്ചാണ് മനുഷ്യനും രാത്രികാലങ്ങളിൽ കാഴ്ച സാധ്യമാക്കുന്നത്.

ഇൻഫ്രാ റെഡ് കിരണങ്ങൾ പുറപ്പെടുവിക്കുകയും അവ പ്രതിപ തിച്ചു വരുന്നത് പിടിച്ചെടുത്ത് കമ്പ്യൂട്ടർ സാങ്കേതിക വിദ്യ ഉപയോ ഗിച്ച് വിശകലനം ചെയ്ത് ചിത്ര രൂപത്തിലാക്കുകയുമാണ് ഇത്തരം ഉപകരണങ്ങൾ ചെയ്യുന്നത്. ഇൻഫ്രാ റെഡ് വികിരണങ്ങൾ മനുഷ്യന് നേരിട്ട് തിരിച്ചറിയാൻ സാധ്യമല്ല.

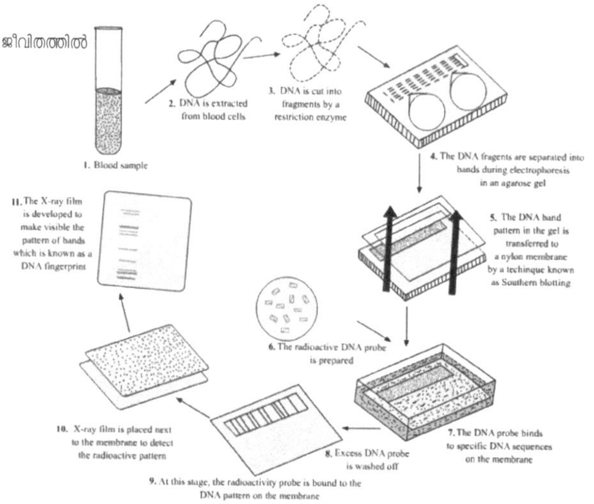

DNA ഫിംഗർ പ്രിന്റും - കുറ്റകൃത്യവും

പല കുറ്റകൃത്യങ്ങളും കൊലപാതകങ്ങളും ഇപ്പോൾ തെളിയിക്കപ്പെടുന്നത് DNA ഫിംഗർ പ്രിന്റിംഗ് സാങ്കേതിക വിദ്യ ഉപയോഗിച്ചാണല്ലോ? എന്താണ് ഈ വിദ്യയുടെ അടിസ്ഥാനം.

വ്യക്തികളെ പരസ്പരം തിരിച്ചറിയുന്നത് അവരുടെ ശബ്ദം, മുഖം എന്നിവ അടിസ്ഥാനമാക്കിയാണ്. എന്നാൽ ഒരേ പോലുള്ള അനേകം വ്യക്തികൾ ഉണ്ടായിരിക്കും. ഈ ഘട്ടത്തിൽ അവരുടെ വിരലടയാളം കണ്ണിന്റെ ഘടന എന്നിവയിലുള്ള വ്യത്യാസം മനസിലാക്കി തിരിച്ചറിയാവുന്നതാണ്. എന്നാൽ വ്യക്തികളുടെ ജനിതക ഘടന അടിസ്ഥാനമാക്കിയുള്ള DNA ഫിംഗർ പ്രിന്റിംഗ് എന്ന രീതിയാണ് ഏറ്റവും കുറ്റമറ്റ രീതിയിൽ വ്യക്തികളെ തിരിച്ചറിയാൻ ഇപ്പോൾ ഉപയോഗപ്പെടുത്തുന്നത്.

ജീവകോശങ്ങളിലെ കേന്ദ്രമായ ന്യൂക്രിയസ്സുകളിലെ DNA യിൽ ഓരോ ജീവിയുടെയും ജനിതകഘടനയെ പറ്റിയുള്ള വിവരങ്ങൾ കാണപ്പെടുന്നു. മനുഷ്യരുടെ എല്ലാവരുടെയും ജനിതക ഘടന 99.9% വും ഒരോ പോലെയാണെങ്കിലും 0.1% വ്യത്യാസമുണ്ട്, ഈ വ്യത്യാസം കണ്ടുപിടിച്ചാണ് വ്യക്തികളെ തിരിച്ചറിയുന്നത്. ഈ സാങ്കേതിക വിദ്യയാണ് DNA ഫിംഗർ പ്രിന്റിംഗ്.

കുറ്റകൃത്യം നടന്ന സ്ഥലത്തു നിന്നും ലഭിക്കുന്ന കുറ്റവാളിയുടെതെന്ന് കരുതുന്ന മുടി, രക്തം, ശരീരദ്രവങ്ങൾ എന്നിവയിൽ നിന്നും DNA വേർതിരിച്ചെടുക്കുന്നു. പിന്നീടിവ ചില എൻസൈമുകൾ ചേർത്ത് മുറിക്കുകയും ഇതിന്റെ ധാരാളം പകർപ്പുകൾ എടുക്കുകയും ചെയ്യുന്നു. റേഡിയോ ആക്ടീവത ഉപയോഗപ്പെടുത്തി ഇവയുടെ രൂപം X-ray ഫിലിമിലേക്ക് പകർത്തുകയും സംശയം തോന്നുന്ന വ്യക്തികളുടെ DNA സാമ്പിളുമായി താരതമ്യം ചെയ്യുകയും ചെയ്യുന്നു.

ശബ്ദവും... സൈലൻസറും...

വാഹനങ്ങളുടെ സൈലൻസർ കണ്ടിട്ടുണ്ടാവുമല്ലോ? എന്തിനാണിവ ഉപയോഗിക്കുന്നത്.

സൈലൻസർ എടുത്തു മാറ്റിയ ബൈക്കുകൾ വളരെയേറെ ശബ്ദമുണ്ടാക്കി പോകുന്നത് കാണാവുന്നതാണ്. വാഹനങ്ങളിലെ എൻജിനുള്ളിൽ നിന്നും ഇന്ധനം കത്തിയശേഷം അതിശക്തമായ താപനിലയിൽവാതകതന്മാത്രകൾപുറം തള്ളപ്പെടുന്നതാണ്. ശബ്ദമുണ്ടാകുന്നതിന്റെ പ്രധാനകാരണം. ഈ വാതകപടലങ്ങളുടെ വേഗതയും താപനിലയും കുറക്കുകയാണെങ്കിൽ ശബ്ദവും കുറക്കാം.

എൻജിനിൽ നിന്നും പുറം തള്ളപ്പെടുന്ന വാതകങ്ങൾ വിസ്താരമേറിയ ഒരു അറയിലേക്ക് കടത്തിവിടുന്നു. ഇതുമൂലം വാതകങ്ങൾ വികസിക്കുകയും തണുക്കുകയും ചെയ്യുന്നു. കൂടാതെ സൈലൻസറിനുള്ളിലുള്ള അനേകം ലോഹ നിർമ്മിത പാളികളിൽ തട്ടുന്നതു മൂലം ഇവയുടെ താപനില വീണ്ടും കുറയുകയും ഗതികോർജ്ജം കുറയുകയും ചെയ്യുന്നു. ഇപ്രകാരം ശബ്ദം ഒരു പരിധിവരെ കുറക്കാൻ സാധിക്കുന്നു.

വെടിയൊച്ച പരമാവധി കുറയ്ക്കുവാൻ വേണ്ടി തോക്കുകളിലും സൈലൻസർ ഉപയോഗിക്കാറുണ്ട്.

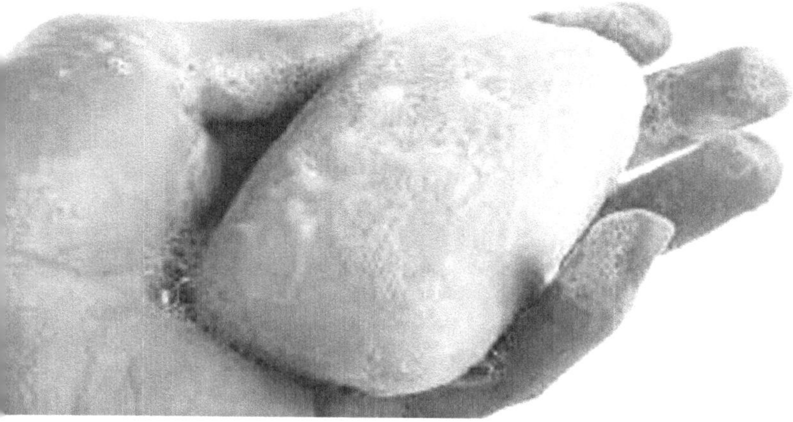

സോപ്പും അഴുക്കും

വെള്ളം മാത്രമുപയോഗിച്ച് വസ്ത്രങ്ങൾ കഴുകിയാൽ വൃത്തിയാകുന്നതിനേക്കാൾ കുടുതൽ വൃത്തിയാകുന്നത് സോപ്പുവെള്ളത്തിൽ കഴുകുമ്പോഴാണല്ലോ? എന്താണിതിന് കാരണം?

ജലം ഉപയോഗിച്ച് കഴുകുമ്പോൾ അഴുക്ക് കണികകൾ ജലത്തിൽ ലയിക്കുകയും വസ്ത്രത്തിൽ നിന്ന് നീക്കം ചെയ്യപ്പെടുകയും ചെയ്യുന്നു. എന്നാൽ ജലത്തിന്റെ പ്രതലബലം കാരണം (ജല തന്മാത്രകൾ തമ്മിലുള്ള ആകർഷണബലം കാരണം ജലോപരിതലം വലിച്ചു കെട്ടിയ ഒരു റബർ ഷീറ്റുപോലെ പ്രവർത്തിക്കുന്നത് ഈ ബലം കാരണമാണ്. കൂടാതെ ജലത്തുള്ളികൾക്ക് ഗോളാകൃതി കൈവരുന്നതും പ്രതലബലം കാരണമാണ്.) വസ്ത്രങ്ങളിലെ സൂക്ഷ്മനാരുകളിൽ കൂടി കയറിപ്പറ്റി അഴുക്ക് കളയുവാൻ സാധ്യമല്ല. സോപ്പ് ചേർക്കുമ്പോൾ ജലത്തിന്റെ പ്രതലബലം കുറയുകയും സൂക്ഷ്മ സുഷിരങ്ങളിൽ കൂടി കടന്നു കയറാനുള്ള കഴിവ് കൂടുകയും ചെയ്യുന്നു. ഇതുമൂലമാണ് സോപ്പു വെള്ളം ഉപയോഗിക്കുമ്പോൾ കൂടുതൽ അഴുക്ക് നീക്കം ചെയ്യപ്പെടുന്നത്. ചൂടുവെള്ളം ഉപയോഗിക്കുമ്പോഴും പ്രതലബലം കുറയുകയാണ് ചെയ്യുന്നത്..

ഇടിവെട്ടും... ജനൽച്ചില്ലും...

ഇടിവെട്ടുന്ന അവസരങ്ങളിൽ ജനൽചില്ലുകൾ വിറച്ച് ശബ്ദമുണ്ടാകുന്നത് കേട്ടിരിക്കുമല്ലോ? എന്തുകൊണ്ടാണിത്.

മേഘങ്ങൾ തമ്മിലോ, മേഘവും ഭൂമിയും തമ്മിലോ, വൈദ്യുത ഡിസ്ചാർജ് ഉണ്ടാകുമ്പോൾ അവിടെയുള്ള വായു ചുട്ടുപഴുക്കുന്നു. ഇതിന്റെ ഫലമായി അവിടത്തെ മർദ്ദം കുറയുകയും ചുറ്റുമുള്ള വായു ശക്തമായി അവിടേക്ക് തള്ളിക്കയറുകയും ചെയ്യുമ്പോഴാണ് ഇടിനാദം ഉണ്ടാവുന്നത്. വായുവിൽ ഉണ്ടാവുന്ന ശക്തമായ ഈ അലകളുടെ പ്രഭാവത്തിലാണ് ജനൽചില്ലുകൾ കമ്പനം ചെയ്ത് ശബ്ദമുണ്ടാകുന്നത്. ഇടിനാദത്തിന്റെ ആവൃത്തിയും ജനൽ ചില്ലിന്റെ സ്വാഭാവിക ആവൃത്തിയും തുല്യമായി വരുന്ന സന്ദർഭത്തിൽ ജനൽചില്ല് കൂടുതൽ ശക്തിയായി കമ്പനം ചെയ്യുന്നു. റോഡിൽ കൂടി ചില വാഹനങ്ങൾ ഇരമ്പി പോവുമ്പോഴും സമാനമായ അനുഭവം ഉണ്ടാകാറുണ്ട്.

ഭൂകമ്പവും... മൃഗങ്ങളും...

ഭൂകമ്പമുണ്ടാവുന്നത് മുൻകൂട്ടി പ്രവചിക്കുവാൻ മനുഷ്യർക്ക് സാധ്യമല്ല. എന്നാൽ ചില മൃഗങ്ങൾക്കതിനു കഴിയും.

വൻഭൂകമ്പങ്ങളുണ്ടാവുന്നതിന് തൊട്ടു മുമ്പ് രൂപപ്പെടുന്ന ചില ശബ്ദതരംഗങ്ങൾ തിരിച്ചറിയാനുള്ള കഴിവ് മൃഗങ്ങൾക്കുണ്ട്. 20 Hzൽ കുറഞ്ഞ ആവൃത്തിയിലുള്ള ഇത്തരം ശബ്ദ തരംഗങ്ങളാണ് ഇൻഫ്രാസോണിക്ക് ശബ്ദം. ഇവ തിരിച്ചറിയുവാൻ മനുഷ്യന് സാധ്യമല്ല. ഇത്തരം ശബ്ദവീചികൾ ഉണ്ടാവുമ്പോൾ ചില മൃഗങ്ങൾ ഭയചകിതരാവുകയും പരിഭ്രാന്തി പ്രകടിപ്പിക്കുകയും ചെയ്യുന്നു.

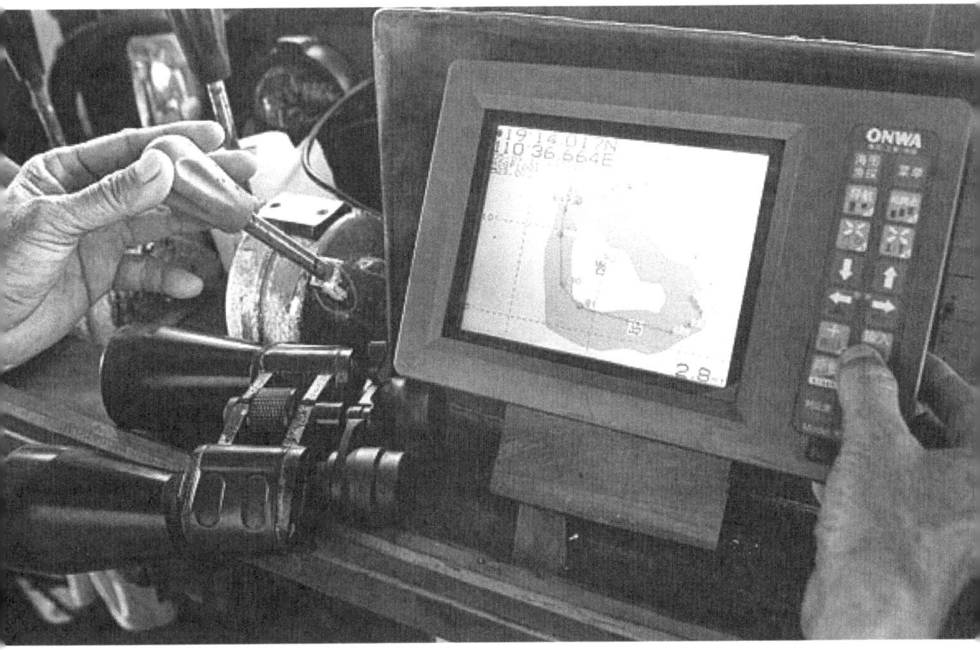

കൃത്രിമ ഉപഗ്രഹവും.... മത്സ്യബന്ധനവും...

കൃത്രിമ ഉപഗ്രഹം മീൻ പിടിത്തക്കാരെ എങ്ങിനെയാണ് സഹായിക്കുക.

അടുത്തകാലം വരെ കാലാവസ്ഥ പ്രവചനം നടത്തി. മഴയുടെയും കാറ്റിന്റെയും സാധ്യത ഓർമ്മപ്പെടുത്തിക്കൊണ്ടായിരുന്നു കൃത്രിമ ഉപഗ്രഹം ഇവരെ സഹായിച്ചിരുന്നത്. എന്നാൽ ഇപ്പോൾ മറ്റു പലരീതിയിലും ഇവ സഹായിക്കുന്നുണ്ട്. കടലിൽ ഏത് ഭാഗത്താണ് മത്സ്യസമ്പത്ത് കൂടുതലുള്ളത് എന്ന കൃത്യമായ വിവരം ഇന്ന് ഉപഗ്രഹ സാങ്കേതിക വിദ്യ ഉപയോഗിച്ച് മനസിലാക്കാം.

സമുദ്രത്തിൽ കാണപ്പെടുന്ന ആൽഗകളുടെ സാന്നിധ്യം കണ്ടുപിടിച്ചാണിത് സാധിക്കുന്നത്. ഇൻഫ്രാ റെഡ് വികിരണങ്ങൾ ഉപയോഗിച്ച് സമുദ്ര താപനിലയിലുള്ള വ്യത്യാസങ്ങൾ മനസ്സിലാക്കുന്നു. ആൽഗകളുടെ സാന്നിധ്യമുള്ളിടത്ത് താപനിലയിലുള്ള വ്യത്യാസം പ്രകടമായി കാണുന്നു. ആൽഗകളുടെ സാന്നിധ്യമുള്ളിടത്ത് മൽസ്യക്കൂട്ടങ്ങളുടെ സാന്നിധ്യവും കൂടുതലായിരിക്കും. ഇപ്രകാരം മത്സ്യബന്ധനത്തിന് ഉപഗ്രഹ സാങ്കേതികവിദ്യ മഹത്തായ സംഭാവന നൽകുന്നു.

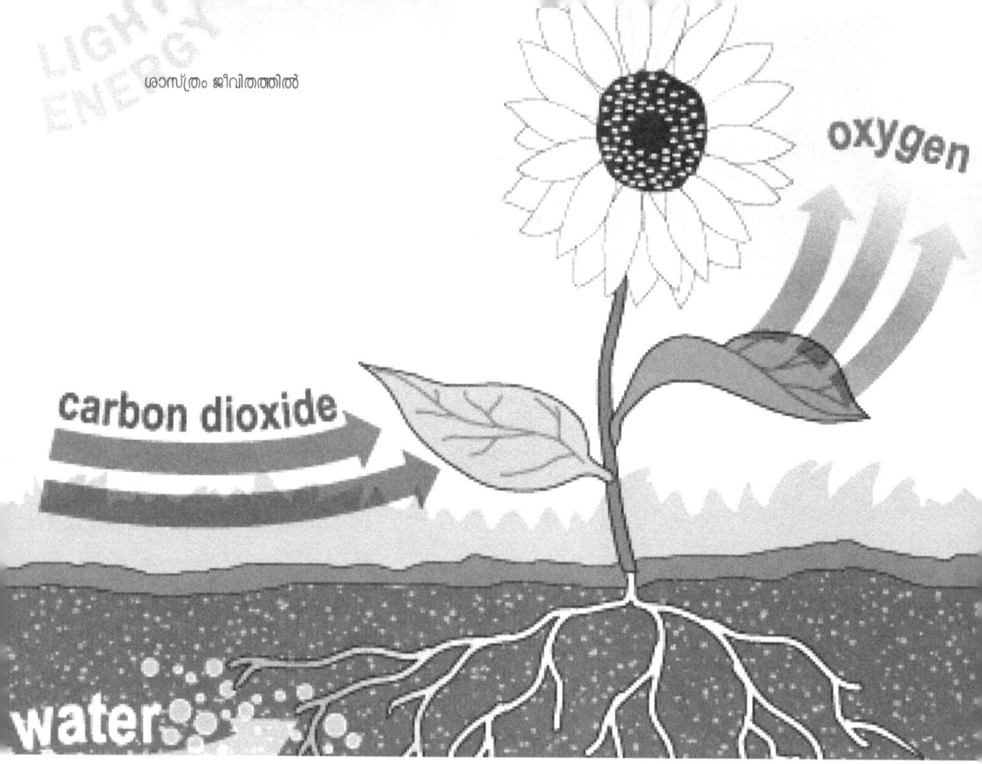

ചെടിയും... സൂര്യപ്രകാശവും

സൂര്യപ്രകാശത്തിന്റെ സാന്നിധ്യത്തിൽ നടക്കുന്ന പ്രകാശ സംശ്ലേഷണമാണല്ലോ ഭൂമിയിൽ ജീവന്റെ നിലനിൽപിനാധാരം. ഓരോ ചെടിക്കും എത്രത്തോളം സൂര്യപ്രകാശം ആവശ്യമുണ്ട്?

സൂര്യപ്രകാശത്തിന്റെ അളവ് ഒരു പരിധിയിൽ കുറഞ്ഞാലും കൂടിയാലും ചെടി നശിക്കുന്നു. സൂര്യപ്രകാശത്തിന്റെ അളവ് കുറഞ്ഞാൽ പ്രകാശ സംശ്ലേഷണം കുറയുകയും ഊർജ്ജോൽപാദനം കുറഞ്ഞ് സസ്യം നശിക്കുകയും ചെയ്യുന്നു. എന്നാൽ സൂര്യപ്രകാശത്തിന്റെ അളവ് ഒരു പരിധിയിലും കൂടിയാലോ? പ്രകാശ സംശ്ലേഷണത്തിനാവശ്യമായ അതിലോല ആവരണത്തെ നശിപ്പിക്കുകയും അത് ചെടിയെത്തന്നെ നശിപ്പിക്കുന്നതിന് കാരണമാവുകയും ചെയ്യും. എന്നാൽ ഈ അവസ്ഥയിൽ നിന്ന് രക്ഷപ്പെടുവാൻ സസ്യങ്ങൾ തന്നെ സ്വയം ക്രമീകരണങ്ങൾ നടത്തുന്നുണ്ട്. പ്രത്യേക തരം കരോട്ടിൻ തന്മാത്രകൾ -ഫലങ്ങൾക്കും പൂക്കൾക്കും നിറം നൽകുന്നവ - അധികം പതിക്കുന്ന പ്രകാശരശ്മികളെ താപമാക്കിമാറ്റുകയും ബാഷ്പീകരണത്തിലൂടെ താപത്തിന്റെ അളവിനെ കുറച്ചു കളയുകയും ചെയ്യുന്നു.

ആസിഡും.... ജീവജാലങ്ങളും

പുളിരുചിയുള്ളതും നാശന സ്വഭാവമുള്ളതുമായ പദാർത്ഥങ്ങളാണ് പൊതുവെ ആസിഡുകൾ. ഹൈഡ്രോ ക്ലോറിക് ആസിഡ്, സൾഫ്യൂറിക് ആസിഡ്, നൈട്രിക് ആസിഡ് എന്നിവ ശക്തിയേറിയ ആസിഡുകളാണ്. എന്നാൽ താരതമ്യേന ശക്തി കുറഞ്ഞ ഓർഗാനിക് ആസിഡുകൾ ഏറിയും കുറഞ്ഞും പല ജീവികളിലും സസ്യങ്ങളിലുമെല്ലാം കാണപ്പെടുന്നുണ്ട്.

ജീവികൾ/ സസ്യഭാഗങ്ങൾ / പദാർത്ഥങ്ങൾ	ആസിഡ്
ഉറുമ്പ്	ഫോർമിക് ആസിഡ്
തക്കാളി	ഓക്സാലിക് ആസിഡ്
മോര്	ലാക്ടിക്കാസിഡ്
വാളൻപുളി	ടാർടാറിക് ആസിഡ്
സുർക്ക(വിനാഗരി)	അസെറ്റിക് ആസിഡ്
ചെറുനാരങ്ങ	സിട്രിക് ആസിഡ്
സോഡ വെള്ളം	കാർബോണിക് ആസിഡ്
സ്റ്റോറേജ് ബാറ്ററി	സൾഫ്യൂറിക് ആസിഡ്
ആമാശയം	ഹൈഡ്രോക്ലോറിക് ആസിഡ്

മനുഷ്യന്റെ ആമാശത്തിലും ഒരാസിഡുണ്ട് ഹൈഡ്രോക്ലോറിക് ആസിഡ് - ദഹനത്തെ സഹായിക്കുക എന്നതാണിതിന്റെ ധർമ്മം- അമിതമായി ഭക്ഷണം കഴിക്കുന്ന ചില അവസരങ്ങളിൽ പുളിച്ചു തികട്ടാറുണ്ടല്ലോ? ഈ പുളിപ്പിന് കാരണം ഹൈഡ്രോക്ലോറിക് ആസിഡിന്റെ സാന്നിധ്യമാണ്. ആമാശയത്തിനുള്ളിൽ ആമാശയഭിത്തിയെ പൊതിഞ്ഞിരിക്കുന്ന ശ്ലേഷ്മാവരണമുള്ളതിനാൽ ഈ ആസിഡിന്റെ നാശന സ്വാഭവം ആമാശയത്തെ ബാധിക്കുന്നില്ല എന്നാൽ ശ്ലേഷമാവരണത്തിന് കേടുപാടുകൾ സംഭവിച്ച് ആസിഡിന്റെ ആക്രമണം തുടങ്ങുന്ന അവസ്ഥയും ഉണ്ടാകാറുണ്ട് ഇത് അൾസർ എന്ന രോഗാവസ്ഥയാണ്. ക്രമമില്ലാത്ത ഭക്ഷണ രീതിയും മദ്യപാനവുമെല്ലാം ഇതിന് കാരണമാവുന്നു.

ട്യൂബും... മിന്നലും

പഴയകാല ട്യൂബ് ലൈറ്റുകൾ പലപ്രാവശ്യം മിന്നിയശേഷം മാത്രമേ പ്രകാശിക്കാറുള്ളൂ. എന്തായിരിക്കുമതിന് കാരണം.

ട്യൂബിനുള്ളിൽ കൂടി വൈദ്യുത ഡിസ്ചാർജ് നടക്കണമെങ്കിൽ ഏകദേശം 1000V വൈദ്യുതി ആവശ്യമാണ് എന്നാൽ നമ്മുടെ വോൾട്ടേജ് സപ്ലൈ 230V മാത്രമാണ്. ട്യൂബ് ലൈറ്റിൽ അനുബന്ധ സാമഗ്രികളായ ചോക്കും, സ്റ്റാർട്ടറും ഒരുമിച്ച് പ്രവർത്തിച്ചാണ് ആവശ്യമായ 1000V ഉണ്ടാക്കുന്നത്. പല പ്രാവശ്യം മിന്നുമ്പോൾ ചോക്കിലൂടെയുള്ള വൈദ്യുത പ്രവാഹം പെട്ടന്ന് തടസ്സപ്പെടുകയും പുനസ്ഥാപിക്കപ്പെടുകയും ചെയ്യുന്നു. ഇതിന്റെ ഫലമായി ചോക്കിൽ (അനേകം കമ്പിച്ചുറ്റുകൾ ഉള്ള ക്രമീകരണം) രൂപപ്പെടുന്ന കാന്തികമണ്ഡല വ്യതിയാനം സർക്കീട്ടിൽ ഒരുയർന്ന വോൾട്ടത സൃഷ്ടിക്കുന്നു. ഇതിന്റെ ഫലമായി ടൂബ് പ്രകാശിക്കുന്നു. പ്രകാശിച്ചു തുടങ്ങിയാൽ 110V മാത്രം മതിയാകും ഡിസ്ചാർജ് നിലനിൽത്താൻ ഇത്തരത്തിൽ വോൾട്ടത കുറയ്ക്കാൻ സഹായിക്കുന്നതും ചോക്ക് തന്നെയാണ്.

എന്നാൽ പുതിയ തരം ട്യൂബ് ലൈറ്റുകളിൽ ഇലക്ട്രോണിക് സാങ്കേതിക വിദ്യ ഉപയോഗിച്ചാണ് ഇത്തരത്തിൽ സിഡ്ചാർജ് സാധ്യമാക്കുന്നത്. അതിനാൽ അവ മിന്നിക്കളിക്കാതെ തന്നെ സ്വിച്ചിട്ടാൽ ഉടൻ പ്രകാശിക്കുന്നു.

നനഞ്ഞ കൈയും... സ്വിച്ചും...

നനഞ്ഞകൈ കൊണ്ട് സ്വിച്ച് ഇടരുത് എന്ന് പറയാറുണ്ടല്ലോ എന്തു കൊണ്ടാണിത്.

ഇലക്ട്രിക് ഷോക്കേൽക്കാതിരിക്കാനുള്ള ഒരു മുൻകരുതലാണിത്. ശുദ്ധജലം വൈദ്യുതിയെ കടത്തിവിടുന്നില്ല. എന്നാൽ ജലത്തിൽ ലവണങ്ങളും മറ്റു പദാർത്ഥങ്ങളും ലയിച്ചു ചേർന്നാൽ അത് ഒരു ചാലകമായി മാറും. ശരീരത്തിൽ പറ്റിയിരിക്കുന്ന ജലത്തിൽ, വിയർപ്പിലെ ഘടകങ്ങൾ ലയിക്കുന്നതിനാൽ ജലം നല്ലൊരു ഇലക്ട്രോലൈറ്റായി മാറുകയും വൈദ്യുതിയെ കടത്തിവുടുകയും ചെയ്യുന്നു. നനഞ്ഞ കൈ കൊണ്ട് സ്വിച്ചിടുമ്പോൾ സ്വിച്ചിനുള്ളിലേക്ക് ജലം കയറാനും ശരീരത്തിലേക്ക് വൈദ്യുതി പ്രവഹിക്കാനും സാധ്യതയുണ്ട്. ഇത്തരം സന്ദർഭങ്ങളിൽ ചെരുപ്പിടാതെയാണ് നിൽക്കുന്നതെങ്കിൽ ശരീരത്തിലൂടെ ഭൂമിയിലേക്ക് വൈദ്യുതിപ്രവഹിക്കുകയും ആൾക്ക് ഷോക്കേൽക്കുകയും ചെയ്യുന്നു.

ഊർജ്ജവും... ഊർജ്ജ മാറ്റവും

പ്രവൃത്തി ചെയ്യാനുള്ള കഴിവാണല്ലോ ഊർജ്ജം. നിത്യജീവിതത്തിൽ പ്രവൃത്തികൾ ചെയ്യാൻ വ്യത്യസ്തതരം ഉപകരണങ്ങൾ നമ്മൾ ഉപയോഗിക്കുന്നുണ്ട്.

ഇവയിലോരോന്നിലും ഒരു രൂപത്തിലുള്ള ഊർജ്ജം മറ്റൊരു രൂപത്തിലേക്ക് പരിവർത്തനം ചെയ്യപ്പെടുകയാണ് ചെയ്യുന്നത്. നമ്മൾ ഏറ്റവും കൂടുതൽ ആശ്രയിക്കുന്ന ഊർജ്ജരൂപം വൈദ്യുതിയാണ്. വൈദ്യുതിയെ മറ്റ് ഊർജ്ജരൂപങ്ങളിലേക്ക് എളുപ്പത്തിൽ പരിവർത്തനം ചെയ്യാൻ സാധിക്കും എന്നതാണിതിനു കാരണം.

ഉപകരണം	നൽകുന്ന ഊർജ്ജം/ അടങ്ങിയിരിക്കുന്ന ഊർജ്ജം	ലഭിക്കുന്ന ഊർജ്ജം
ബൾബ്	വൈദ്യുതോർജ്ജം	പ്രകാശോർജ്ജം, താപോർജ്ജം
ഫാൻ	വൈദ്യുതോർജ്ജം	യാന്ത്രികോർജ്ജം
സ്പീക്കർ	വൈദ്യുതോർജ്ജം	ശബ്ദോർജ്ജം
മൈക്ക്	ശബ്ദോർജ്ജം	വൈദ്യുതോർജ്ജം
മണ്ണെണ്ണ വിളക്ക്	രാസോർജ്ജം	താപോർജ്ജം, പ്രകാശോർജ്ജം
ഗ്യാസ് സ്റ്റൗവ്	രാസോർജ്ജം	താപോർജ്ജം, പ്രകാശോർജ്ജം
ബാറ്ററി ചാർജ്ജു ചെയ്യുമ്പോൾ	വൈദ്യുതോർജ്ജം	രാസോർജ്ജം
ബാറ്ററി ഉപയോഗിക്കുമ്പോൾ	രാസോർജ്ജം	വൈദ്യുതോർജ്ജം
കീ കൊടുത്ത് പ്രവർത്തിക്കുന്ന ക്ലോക്ക്	സ്ഥിതികോർജ്ജം	ഗതികോർജ്ജം
ഡയനാമോ	യാന്ത്രികോർജ്ജം	വൈദ്യുതോർജ്ജം
പെട്രോൾ, ഡീസൽ വാഹനങ്ങൾ	താപോർജ്ജം	യാന്ത്രികോർജ്ജം
ഹീറ്റർ	വൈദ്യുതോർജ്ജം	താപോർജ്ജം

ഇരുമ്പിന് പെയ്ന്റടിക്കുമ്പോൾ

ഇരുമ്പു കൊണ്ടുണ്ടാക്കിയ വസ്തുക്കൾക്ക് പെയ്ന്റ് ചെയ്യുന്നത് എന്തിനായിരിക്കും.

പല നിറത്തിലുള്ള പെയ്ന്റുകൾ അടിക്കുന്നത് ഭംഗിയും ആകർഷകത്വവും വരുത്താനാണ്. എന്നാൽ ഏറ്റവും പ്രധാനപ്പെട്ട കാര്യം ഇരുമ്പ് തുരുമ്പിക്കുന്നത് തടയാനാണ് പെയ്ന്റടിക്കുന്നത് എന്നതാണ്.

ഇരുമ്പ് അതിന്റെ ചുറ്റുപാടുമുള്ള ഈർപ്പം വായുവിലെ ഓക്സിജൻ എന്നിവയുമായി സമ്പർക്കത്തിൽ വരുമ്പോൾ രാസപ്രവർത്തനത്തിന് വിധേയമാവുകയും ഹൈഡ്രേറ്റഡ് ഫെറസ് ഓക്സൈഡ് എന്ന വസ്തു (തുരുമ്പ്)ആയിമാറുകയും ചെയ്യുന്നു. ഈ രീതിയിൽ ഇരുമ്പ് ക്രമേണ നാശനത്തിന് വിധേയമാകുന്നു.

തുരുമ്പിക്കൽ തടയാനുള്ള ഒരു മാർഗ്ഗം ചുറ്റുപാടുമായുള്ള ഇരുമ്പിന്റെ സമ്പർക്കം തടയുക എന്നതാണ്. എണ്ണയോ ഗ്രീസോ പുരട്ടുക. പ്ലാസ്റ്റിക് ആവരണം നൽകുക, പെയ്ന്റടിക്കുക എന്നീ മാർഗങ്ങൾ ഇതിനായി സ്വീകരിക്കാവുന്നതാണ്. കൂടാതെ, സിങ്ക്, നിക്കൽ, ക്രോമിയം മുതലായ ലോഹങ്ങൾ ഇരുമ്പിനുമേൽ ആവരണം ചെയ്തും നാശനം തടയാവുന്നതാണ്.

സൈക്കിളിന്റെയും ബൈക്കിന്റെയും തിളങ്ങുന്ന ഹാന്റിൽ ബാർ, റിം എന്നിവ ഇത്തരത്തിൽ നിക്കൽ/ ക്രോമിയം കൊണ്ട് പൂശിയതാണ്.